അന്ത്യകാല ഉണർവ്വിനടിസ്ഥാനം - ദൈവമഹത്വം

ANTHYAKALA UNARVINADISDHANAM - DAIVAMAHATHWAM

ഗിരിജ കുമാരി ആർ.പി

Copyright © GIRIJAKUMARI R P
All Rights Reserved.

This book has been self-published with all reasonable efforts taken to make the material error-free by the author. No part of this book shall be used, reproduced in any manner whatsoever without written permission from the author, except in the case of brief quotations embodied in critical articles and reviews.

The Author of this book is solely responsible and liable for its content including but not limited to the views, representations, descriptions, statements, information, opinions and references ["Content"]. The Content of this book shall not constitute or be construed or deemed to reflect the opinion or expression of the Publisher or Editor. Neither the Publisher nor Editor endorse or approve the Content of this book or guarantee the reliability, accuracy or completeness of the Content published herein and do not make any representations or warranties of any kind, express or implied, including but not limited to the implied warranties of merchantability, fitness for a particular purpose. The Publisher and Editor shall not be liable whatsoever for any errors, omissions, whether such errors or omissions result from negligence, accident, or any other cause or claims for loss or damages of any kind, including without limitation, indirect or consequential loss or damage arising out of use, inability to use, or about the reliability, accuracy or sufficiency of the information contained in this book.

Made with ♥ on the Notion Press Platform
www.notionpress.com

ഉള്ളടക്കം

ആമുഖം

2011 ഒക്ടോബർ മാസം 4-ാം തീയതി മുതലാണ് അന്ത്യകാല സഭ, അന്ത്യകാല ഉണർവ്വ്, ദൈവമഹത്വം എന്നീ പദങ്ങൾ നിരന്തരമായി എന്റെ അന്തരാത്മാവിൽ കേൾക്കാൻ തുടങ്ങിയത്. അന്ത്യകാല ഉണർവ്വിനടിസ്ഥാനം ദൈവമഹത്വമാണെന്നും, ആ ദൈവമഹത്വം ചുമക്കാൻ ദൈവീക വിശ്വാസമുള്ള, വിശുദ്ധിയുള്ള, വിശ്വസ്തതയും സമർപ്പണവുമുള്ള ഒരു തലമുറയെ ദൈവത്തിനാവശ്യമെന്നും ത്രിത്വത്തിൽ മൂന്നാമനായ പരിശുദ്ധാത്മാവ് ബോദ്ധ്യം തന്നു. അപ്രകാരമുള്ള ഒരു തലമുറയെ കാണാൻ ദൈവത്തിന്റെ അഗ്നിജ്വാലയ്ക്കൊത്ത കണ്ണുകൾ ഭൂമിയിലെല്ലാം (ഭൂമിയിലെ സഭകളിലെല്ലാം) ഊടാടിക്കൊണ്ടിരിക്കുന്നു. (2 ദിന. 16:9).

എന്നാൽ അന്ത്യകാല ഉണർവ്വിനടിസ്ഥാനമായ ദൈവമഹത്വമായ, മഹത്വത്തിന്റെ പ്രത്യാശയായ ക്രിസ്തു ഇന്നു സഞ്ചരിക്കുന്ന ആലയങ്ങളായ എന്റെയും നിങ്ങളുടെയും ഉള്ളിലാണ് (കൊലൊ. 1:27) ഇരിക്കുന്നത്, "നമ്മുടെ ഉള്ളിലുള്ള മഹത്വത്തെ പുറത്തു കൊണ്ടു വരിക" എന്നത് നമ്മുടെ ഓരോരുത്തരുടെയും ഉത്തരവാദിത്തമാണ്. അതിനു പരിശുദ്ധാത്മാവാം ദൈവം നമ്മെ സഹായിക്കും.അപ്പോൾ നാമാകുന്ന ആലയത്തിന്റെ പിന്നത്തെ മഹത്വം മുമ്പിലത്തേതിലും വലുതായിരിക്കും. (ഹഗ്ഗാ. 2:9) ആ വലിയ മഹത്വം, കാന്തം ഇരുമ്പിനെ ആകർഷിക്കുന്നതുപോലെയും, പ്രകാശം പ്രാണികളെ ആകർഷിക്കുന്നതുപോലെയും ആത്മാക്കളെ ആകർഷിക്കും.

ആ കാലത്തു ജാതികളുടെ സകല ഭാഷകളിലും നിന്നു പത്തുപേർ ഒരു യഹൂദന്റെ വസ്ത്രാഗ്രം പിടിച്ചു, ദൈവം നിങ്ങളോടുകൂടെ ഉണ്ടെന്നു ഞങ്ങൾ കേട്ടിരിക്കയാൽ ഞങ്ങൾ

നിങ്ങളോടുകൂടെ പോരുന്നു എന്നു പറയും, എന്നു സെഖര്യാവ് 8ന്റെ 23ൽ രേഖപ്പെടുത്തിയിരിക്കുന്നതുപോലെ, പത്തു പേർ അല്ല, ദേശങ്ങളും സമൂഹങ്ങളും രാജ്യങ്ങളും മഹത്വം ചുമക്കുന്നവരോടുകൂടെ ദൈവത്തെ ആരാധിക്കാൻ കടന്നുവരും. അതാണ് ഉണർവ്വ്.

ഈ ഗ്രന്ഥം വായിക്കുന്ന ഏവരെയും മഹത്വപൂർണ്ണമായ ആലയങ്ങളാക്കി മാറ്റി അന്ത്യകാല ഉണർവ്വിനായി ദൈവം ഉപയോഗിക്കട്ടെ എന്നു ഞാൻ ആത്മാർത്ഥമായി ആഗ്രഹിക്കുകയും പ്രാർത്ഥിക്കുകയും ചെയ്യുന്നു.

അവസാനമായി, ഇപ്രകാരം ഒരു ഗ്രന്ഥം എഴുതാൻ എന്നെ സഹായിച്ച സർവ്വശക്തനും സർവ്വകൃപാലുവുമായ ദൈവത്തിന് സകല മാനവും മഹത്വവും പുകഴ്ചയും സ്തുതിയും അർപ്പിക്കുന്നു. മാത്രമല്ല,ഈ ബുക്ക് പ്രസിദ്ധീകരിക്കുന്നതിന് പ്രത്യക്ഷമായും പരോക്ഷമായും പ്രാർത്ഥനയിലൂടെയും അല്ലാതെയും എന്നെ സഹായിച്ച എല്ലാവരോടുമുള്ള എന്റെ നന്ദിയും സ്നേഹവും പ്രകാശിപ്പിക്കുന്നു.

കൃപ നമ്മോടുകൂടെ ഇരിക്കുമാറാകട്ടെ,

ഗ്രന്ഥകാരി,

GIRIJA KUMARI R.P

T.C 17/1613 ,PRA 100

PUTHUPPALL Y LANE

MEDICAL COLLEGE.P.O

THIRUVANANTHAPURAM-11

KERALA ,INDIA ,

Ph.No; 9495662058

wwww.ebenbooksgirija.blogspot.com

,Email- girijak2002@yahoo.co.in

YouTube"EBENBOOKS" ,

Face Book " *GIRIJA KUMARI*"

മുഖവുര

"അന്ത്യകാല ഉണർവ്വിന്റെ താക്കോലുകൾ", "അന്ത്യകാല ഉണർവ്വ് ദൈവപ്രസാദമുള്ളവരിലൂടെ" എന്നീ ഗ്രന്ഥങ്ങളുടെ തുടർച്ചയാണ് "അന്ത്യകാല ഉണർവ്വിനടിസ്ഥാനം – ദൈവമഹത്വം" എന്ന ഈ മൂന്നാമത്തെ ഗ്രന്ഥം. കഴിഞ്ഞ രണ്ടു ഗ്രന്ഥങ്ങൾ വായിച്ചിട്ടില്ലാത്തവർ അത് വായിക്കുവാൻ ശ്രമിക്കുക. അന്ത്യകാല ഉണർവ്വിനെക്കുറിച്ച് ഒറ്റ വാക്യത്തിൽ എഴുതിയാൽ ആത്മാക്കളുടെ മാനസാന്തരവും, രൂപാന്തരവും, സഭകളുടെ നവീകരണവുമാണ്. എന്നാൽ ഉണർവ്വിനടിസ്ഥാനം സർവ്വശക്തനും ത്രിത്വത്തിൽ മൂന്നാമനുമായ പരിശുദ്ധാത്മാവാം ദൈവത്തിന്റെ സാന്നിദ്ധ്യമായ ദൈവമഹത്വമാണ്. സത്യവേദപുസ്തകവും സഭാചരിത്രവും ഒരുപോലെ അതു വ്യക്തമാക്കുന്നു. അപ്പോൾതന്നെ, മനസ്സിലാക്കുക, ദൈവം സർവ്വവ്യാപിയാണ്.

"യഹോവയുടെ കണ്ണു എല്ലാടവും ഉണ്ട്". സദൃ. 15:3

"ദൈവത്തിനു മറഞ്ഞിരിക്കുന്ന ഒരു സൃഷ്ടിയുമില്ല" എബ്രാ. 4:13

"യഹോവയുടെ കണ്ണു ഭൂമിയിലെല്ലാം ഊടാടിക്കൊണ്ടിരിക്കുന്നു". 2 ദിന. 16:9

എന്നാൽ, ഇപ്രകാരമുള്ള ദൈവസാന്നിദ്ധ്യമല്ല, ഉണർവ്വുകൊണ്ടു വരുന്നത്. കാറ്റിനെ നാം അനുഭവിച്ചറിയുന്നതുപോലെ നമുക്കു വ്യക്തിപരമായി തൊട്ടറിയാൻ സാധിക്കുന്ന രീതിയിൽ വെളിപ്പെടുന്ന ദൈവസാന്നിദ്ധ്യമുണ്ട്. ((Manifested presence of God).). അപ്രകാരമുള്ള ദൈവസാന്നിദ്ധ്യത്തെയാണ് "മഹത്വം" (Glory) എന്നു വിളിക്കുന്നത്. "Gloria" എന്ന ലാറ്റിൻ പദത്തിൽ നിന്നാണ് "Glory" എന്ന വാക്കു ഉരുത്തിരിഞ്ഞിരിക്കുന്നത്. ഇംഗ്ലീഷ് നിഘണ്ടുവിൽ, Fame,

Renoun എന്നും, മലയാള നിഘണ്ഡുവിൽ കീർത്തി, പ്രശസ്തമായ ഔന്നത്യം, ശ്രുതി, യശസ്സ്എന്നീ അർത്ഥങ്ങളുമാണ്കൊടുത്തിരിക്കുന്നത്.

പഴയ നിയമത്തിൽ, മുൾപ്പടർപ്പിലും (പുറ.3:2) സീനായി പർവ്വതത്തിലും (പുറ.24:16) സമാഗമന കൂടാരത്തിന്റെ അതി പരിശുദ്ധ സ്ഥലത്തും (എബ്രാ.9:3,5) മോശെയുടെ മുഖത്തിന്റെ ത്വക്കിലും (പുറ. 34:29) ഏലിയാവിന്റെ പുതപ്പിലും(1 രാജ. 19:13) വെളിപ്പെട്ട മഹത്വം, ശലോമോന്റെ ആലയത്തിലാണ് ഇറങ്ങിയത്.(1 രാജ.8:11) ആ മഹത്വം, ഇന്നായിരിക്കുന്നത് പുറത്തല്ല, നമ്മുടെ അകത്താണ്. അവനാണ് നമ്മുടെ അകത്തെ മനുഷ്യനായ മഹത്വത്തിന്റെ പ്രത്യാശയായ ക്രിസ്തു (കൊലൊ. 1:27). അവൻ യഹൂദാ ഗോത്രത്തിലെ സിംഹമാണ്.(വെളി.5:5).

അകത്തെ മനുഷ്യനായ പുതുമനുഷ്യനെ (ദൈവമഹത്വത്തെ) നമ്മുടെ ഉള്ളിൽ ഒതുക്കിവയ്ക്കാനുള്ളതല്ല, അത് നമ്മിൽ നിന്നും പുറത്തു വരികയും സകല മനുഷ്യരും ഒരുപോലെ അതിനെ കാണുകയും (യെശ. 40:5) ജാതികളുടെ ഇടയിൽ അത് പ്രസ്താവിക്കയും വേണം (യെശ. 66:19) അതാണ് ദൈവത്തിന്റെ പദ്ധതി. അപ്രകാരം നാമാകുന്ന ആലയങ്ങൾ മഹത്വപൂർണ്ണമാകണമെങ്കിൽ നാം മനസ്സിലാക്കിയിരിക്കേണ്ട ചില കാര്യങ്ങളുണ്ട്. അത് എന്തൊക്കെയാണെന്നു തുടർന്നുള്ള അദ്ധ്യായങ്ങളിൽ പഠിക്കാം........

1

പുറത്തെ മനുഷ്യനെ മരിപ്പിക്കുക.

ഒരു വ്യക്തിയിൽ രണ്ടു വ്യക്തിത്വങ്ങളുള്ളതായി തിരുവചനം വ്യക്തമാക്കുന്നു. ഒരേ സമയം രണ്ടു വ്യക്തിത്വങ്ങൾക്കു ഒരു ശരീരത്തിൽ വാഴാൻ കഴിയുകയില്ല. ഒരു വ്യക്തിത്വം മരിച്ചേ മതിയാകൂ. ഒരു അവിശ്വാസിയുടെ ജീവിതത്തിലെ അകത്തെ മനുഷ്യൻ മരിച്ചതാണ്. ആകയാൽ അവനെ നയിക്കുന്നതും നിയന്ത്രിക്കുന്നതും പുറത്തെ മനുഷ്യനായ ജഡമാണ്. എന്നാൽ ദൈവമക്കളായ നാം പരിശുദ്ധാത്മാവിനാൽ നിയന്ത്രിക്കപ്പെടേണ്ടവരും നയിക്കപ്പെടേണ്ടവരുമാണ്.

ഒരു വ്യക്തി കർത്താവായ യേശുക്രിസ്തുവിനെ സ്വന്തം രക്ഷിതാവും കർത്താവുമായി ഹൃദയത്തിൽ സ്വീകരിക്കുമ്പോൾ മഹത്വത്തിന്റെ പ്രത്യാശയായ ക്രിസ്തു ഹൃദയത്തിൽ വന്നു വസിക്കുന്നു. അപ്രകാരം രക്ഷിക്കപ്പെട്ട ദൈവപൈതലിന്റെ ഉള്ളിൽ വന്നു വസിക്കുന്ന മഹത്വത്തിന്റെ പ്രത്യാശയായ ക്രിസ്തുവിനെ അകത്തെ മനുഷ്യനെന്നും, (Inner man) പുതു മനുഷ്യനെന്നും, (New man) ആത്മീയ മനുഷ്യനെന്നും (Spiritual man) സത്യവേദപുസ്തകത്തിൽ രേഖപ്പെടുത്തിയിരിക്കുന്നു. അകത്തെ മനുഷ്യൻ ഉണ്ടെങ്കിൽ പുറത്തെ മനുഷ്യനും ഉണ്ട്. അതാണ് ജഡീക മനുഷ്യൻ.

"അതുകൊണ്ട് ഞങ്ങൾ അധൈര്യപ്പെടാതെ ഞങ്ങളുടെ പുറമെയുള്ള മനുഷ്യൻ ക്ഷയിച്ചു പോകുന്നു. എങ്കിലും ഞങ്ങളുടെ അകമേയുള്ളവൻ നാൾക്കുനാൾ പുതുക്കം പ്രാപിക്കുന്നു".2കൊരി. 4:16

"തന്നെ സൃഷ്ടിച്ചവന്റെ പ്രതിമപ്രകാരം പരിജ്ഞാനത്തിനായി പുതുക്കം പ്രാപിക്കുന്ന പുതിയ മനുഷ്യനെ ധരിച്ചിരിക്കുന്നുവല്ലോ". കൊലൊ. 3:10

"ഒരുത്തൻ ക്രിസ്തുവിലായാൽ അവൻ പുതിയ സൃഷ്ടി ആകുന്നു.പഴയതു കഴിഞ്ഞുപോയി. ഇതാ, അതു പുതുതായി തീർന്നിരിക്കുന്നു."2 കൊരി. 5:17

"നിങ്ങൾ പഴയമനുഷ്യനെ അവന്റെ പ്രവൃത്തികളോടുകൂടെ ഉരിഞ്ഞു കളഞ്ഞു". കൊലൊ.3:9

"സത്യത്തിന്റെ ഫലമായ നീതിയിലും വിശുദ്ധിയിലും ദൈവാനുരൂപമായിസൃഷ്ടിക്കപ്പെട്ട പുതുമനുഷ്യനെ ധരിച്ചുകൊള്ളുവിൻ."എഫെ. 4:24

ദൈവമഹത്വം എന്നിൽ നിന്നും പുറത്തു വരണമെങ്കിൽ പഴയ മനുഷ്യനായ ഞാൻ(I) എന്ന അഹംഭാവം(ego), സ്വയം(self), വ്യക്തിത്വം(identity) എന്നിവ മരിക്കണം. ഇതൊരു അക്ഷരീക മരണമല്ല. ഈ മരണത്തിന് ബൈബിളിൽ രേഖപ്പെടുത്തിയിരിക്കുന്ന മറ്റൊരു പദമാണ് "ക്രൂശീകരണം". അതൊരു ത്യാഗമാണ്, യാഗമാണ്. ആകയാൽ അതിന്റെ പിന്നിൽ വലിയ ഒരു വിലയും, വേദനയും ഉണ്ട്. നാം അത് സ്വയമായും മനപ്പൂർവ്വമായും ചെയ്യണം. അതായത് പഴയ മനുഷ്യനായ നമ്മെ നാം തന്നെ ക്രിസ്തുവിനോടുകൂടെ ക്രൂശിക്കണം. മറ്റൊരാൾക്കും അത് ചെയ്യാൻ സാദ്ധ്യമല്ല.

" ഞാൻ(I) ക്രിസ്തുവിനോടുകൂടെ ക്രൂശിക്കപ്പെട്ടിരിക്കുന്നു". ഗലാ. 2:20.

"നമ്മുടെ പഴയ മനുഷ്യൻ അവനോടുകൂടെ ക്രൂശിക്കപ്പെട്ടു

എന്നു നാം അറിയുന്നു". റോമ. 6:6
"നിങ്ങൾ പഴയ മനുഷ്യനെ അവന്റെ പ്രവൃത്തികളോടുകൂടെ ഉരിഞ്ഞു കളഞ്ഞു". കൊലൊ. 3:9.
അങ്ങനെ നാം ക്രിസ്തുവിനോടുകൂടെ മരിക്കുമ്പോൾ (റോമ.6:8) നമ്മുടെ വ്യക്തിത്വവും അഹംഭാവവും (നിഗളം) സ്വയവും ക്രൂശിക്കപ്പെടുന്നു. അപ്പോൾ പുതിയ മനുഷ്യനായ ക്രിസ്തുവിന്റെ വ്യക്തിത്വവും ഭാവവും (ഫിലി. 2:5) നമ്മിൽ വെളിപ്പെടും. അതിനായി പ്രധാനമായും താഴെ പറയുന്ന അഞ്ചു മേഖലകളിൽ നാം മരിക്കേണ്ടതാവശ്യം.

<u>**1.ന്യായപ്രമാണ സംബന്ധമായി മരിക്കണം:-**</u>
ന്യായപ്രമാണ സംബന്ധമായി മരിക്കാൻ പരിശുദ്ധാത്മാവിനെ അനുസരിച്ചു നടന്നാൽ മതി.
"ഞാൻ ദൈവത്തിനായി ജീവിക്കേണ്ടതിനു ന്യായപ്രമാണത്താൽ ന്യായപ്രമാണ സംബന്ധമായി മരിച്ചു". ഗലാ. 2:19
"കിസ്തുവിന്റെ ശരീരം മുഖാന്തരം ന്യായപ്രമാണ സംബന്ധമായി മരിച്ചിരിക്കുന്നു". റോമ. 7:4
"ആത്മാവിനെ അനുസരിച്ചു നടക്കുന്നു എങ്കിൽ നിങ്ങൾ ന്യായപ്രമാണത്തിൻ കീഴുള്ളവരല്ല". ഗലാ. 5:18.

<u>**2.പാപസംബന്ധമായി മരിക്കണം:-**</u>
നാം പാപ സംബന്ധമായി മരിച്ച് ക്രിസ്തുയേശുവിൽ ദൈവത്തിനു(നീതിക്കു) ജീവിക്കുമ്പോൾ അകത്തെ മനുഷ്യൻ നമ്മിൽ നിന്നും പുറത്തു വരും.
"നാം പാപ സംബന്ധമായി മരിച്ചു നീതിക്കു ജീവിക്കേണ്ടതിന്."1പത്രൊ. 2:24
"അവ്വണ്ണം നിങ്ങളും പാപസംബന്ധമായി മരിച്ചവർ എന്നും നിങ്ങളെത്തന്നെ എണ്ണുവിൻ" റോമ. 6:11
പാപസംബന്ധമായി മരിച്ചവരായ നാം."റോമ. 6:2.

<u>**3. അവയവങ്ങളെ മരിപ്പിക്കണം:-**</u>

മനുഷ്യരുടെ ജീവിതത്തിലെ ദുസ്വഭാവങ്ങളെയാണ് അവയവങ്ങളെന്ന് തിരുവചനത്തിൽ പരാമർശിച്ചിരിക്കുന്നത്. റോമർ. 8:13 ൽ രേഖപ്പെടുത്തിയിരിക്കുന്ന പ്രകാരം ആത്മാവിനാൽ ശരീരത്തിന്റെ പ്രവൃത്തികളെ മരിപ്പിക്കുമ്പോൾ ദൈവമഹത്വം പുറത്തുവരും.

"ആകയാൽ ദുർന്നടപ്പ്, അശുദ്ധി, അതിരാഗം, ദുർമ്മോഹം, വിഗ്രഹാരാധനയായ അത്യാഗ്രഹം ഇങ്ങനെ ഭൂമിയിലുള്ള നിങ്ങളുടെ അവയവങ്ങളെ മരിപ്പിക്കുവിൻ". കൊലൊ. 3:5

"നിങ്ങളുടെ അവയവങ്ങളെ നീതിയുടെ ആയുധങ്ങളായും ദൈവത്തിനു സമർപ്പിച്ചുകൊൾവിൻ"റോമ. 6:13

"നിങ്ങളുടെ അവയവങ്ങളെ അനീതിയുടെ ആയുധങ്ങളായി പാപത്തിനു സമർപ്പിക്കുകയും അരുത്". റോമ. 6:13

"ശരീരമോ ദുർന്നടപ്പിനല്ല, കർത്താവിനത്രേ, കർത്താവ് ശരീരത്തിനും".1കൊരി. 6:13. ചുരുക്കിപ്പറഞ്ഞാൽ അവയവങ്ങളെ പാപത്തിനും പാപസ്വഭാവങ്ങൾക്കും ഉപയോഗിക്കാതെ ദൈവത്തിനും ദൈവീക കാര്യങ്ങൾക്കും മാത്രം ഉപയോഗിക്കുന്നവരിൽ നിന്നും ദൈവമഹത്വം പുറത്തുവരും. അങ്ങനെയുള്ളവരെയാണ് അന്ത്യകാല ഉണർവ്വിന് ദൈവത്തിനാവശ്യം.

<u>**4. ജഡത്തെ ക്രൂശിക്കണം:-**</u>

ജഡം എന്നു പറയുന്നത് നമ്മുടെ ശരീരമല്ല. ശരീരം വിശുദ്ധനായ ദൈവം വസിക്കുന്ന ആലയമാണ്. അതിനെ നാം സൂക്ഷിക്കണം. സംരക്ഷിക്കണം. വിശുദ്ധമായി തന്നെ സൂക്ഷിക്കണം. എന്നാൽ നമ്മുടെ ഉള്ളിൽ പാപത്തിന്റെ ഇച്ഛരയെ അനുഷ്ഠിക്കാൻ താല്പര്യപ്പെടുകയും അതിനായി നമ്മെ പ്രേരിപ്പിക്കുകയും ചെയ്യുന്ന ഒരു പൈശാചിക ഭാഗമുണ്ട്. അതാണ് ജഡം. ആ ജഡത്തെ നാം ക്രൂശിക്കണം.ജഡത്തെ ക്രൂശിക്കാനുള്ള ഏറ്റവും നല്ല മാർഗ്ഗം അതിന്റെ ആഗ്രഹങ്ങളെ

നിവർത്തിക്കാതിരിക്കുകയെന്നതാണ്.

ജഡത്തിന്റെ ആഗ്രഹത്തെ നിവർത്തിക്കാതിരിക്കുമ്പോൾ ആത്മ മനുഷ്യൻ ജഡത്തിന്റെമേൽ ശക്തി പ്രാപിക്കും. ഉപവാസ പ്രാർത്ഥനയിൽ അതാണ് സംഭവിക്കുന്നത്.ഉപവസിച്ചു പ്രാർത്ഥിക്കുമ്പോൾ ആത്മീയമനുഷ്യൻ പരിപോഷിപ്പിക്കപ്പെടുകയും ജഡം ക്രൂശിക്കപ്പെടുകയും ചെയ്യും.

കഴിഞ്ഞ തലമുറയിലെ ഭക്തൻമാർ ആത്മാവിനെയാണ് പോഷിപ്പിച്ചത്. അവർ ജഡത്തിന്റെ ആഗ്രഹം സാധിപ്പിച്ചുകൊടുത്തില്ല. ഉദാഹരണമായി ,ജ്യൂസ് വേണമെന്നു ശരീരം പറഞ്ഞാൽ അത് കുടിക്കാനുള്ള സാഹചര്യം ഉണ്ടെങ്കിലും അതു കുടിക്കാതെ പകരം പച്ചവെള്ളം കുടിക്കും. അതിനെയാണ് പൗലൊസ് അപ്പൊസ്തലൻ ശരീരത്തെ ദണ്ഡിപ്പിച്ച് അടിമയാക്കുന്നുവെന്നു രേഖപ്പെടുത്തിയിരിക്കുന്നത്. (1 കൊരി. 9:27) ഏതെങ്കിലും ഒരു ഭക്ഷണത്തിനു ആഗ്രഹം തോന്നിയാൽ... സമര മനോഭാവത്തോടെ അത് ത്യജിക്കുന്ന പതിവ് സാധുകൊച്ചുകുഞ്ഞുപദേശിക്ക് ഉണ്ടായിരുന്നതായി വായിച്ചിട്ടുണ്ട്. അതായത് അതിഭക്ഷണം മരണകരമായ പാപമായിട്ടാണ് സാധു കൊച്ചു കുഞ്ഞുപദേശി കരുതിയിരുന്നത്. ആയതിനാൽ "രുചികരമായ ഭക്ഷണം വർജ്ജിക്കുക" എന്നത് തന്റെ സ്വഭാവമായി മാറി.

ആധുനിക മാധ്യമങ്ങൾക്കും ജഡാഭിലാഷങ്ങളുമായി വലിയ ബന്ധമുണ്ട്. ആകയാൽ ജഡത്തിന്റെ ഇച്ഛരകളെ കീഴ്പ്പെടുത്താൻ അസാധാരണമായ പരിശുദ്ധാത്മാഭിഷേകം ആവശ്യമുണ്ട്.

<u>5. ലൗകീകമായ രീതികളെ (Wordly systems) ക്രൂശിക്കണം:-</u>
ഈ ലോകത്തിന് ലോകത്തിന്റെതായ രീതികൾ ഉണ്ട്. ഉദാഹരണമായി ,ലോകത്തിന്റെ സംസാര രീതി,

വസ്ത്രധാരണ രീതി, ആഹാര രീതി മുതലായവ. അവയിൽ പലതും ഒരു ദൈവ പൈതലിനു അനുകരിക്കാൻ കൊള്ളാവുന്നതല്ല. അവ നാം അനുകരിക്കുമ്പോൾ നാം ലോകത്തിന് അടിമകളായി തീരുന്നു. ആകയാൽ ലോകവുമായുള്ള ബന്ധത്തിൽ നമുക്കൊരു ക്രൂശീകരണം ആവശ്യമുണ്ട്. അവ അനാവശ്യമായ എല്ലാ അടിമത്തത്തിൽ നിന്നും നമ്മെ രക്ഷിക്കും.

"അവനാൽ ലോകം എനിക്കും ഞാൻ ലോകത്തിനും ക്രൂശിക്കപ്പെട്ടിരിക്കുന്നു". ഗലാ.6:14.

ആകയാൽ നാം ഈ ലോകത്തിന് അനുരൂപരാകരുത്. (റോമ. 12:2) കർത്താവായ യേശുക്രിസ്തുവിലുള്ള വിശ്വാസത്താൽ നാം ലോകത്തെ ജയിക്കണം.

"ലോകത്തെ ജയിച്ച ജയമോ നമ്മുടെ വിശ്വാസം തന്നേ".1യോഹ. 5:4

"യേശു ദൈവപുത്രൻ എന്നു വിശ്വസിക്കുന്നവൻ അല്ലാതെ ആരാകുന്നു ലോകത്തെ ജയിക്കുന്നവൻ".1യോഹ. 5:5

"ജഡമോഹം, കണ്മോഹം, ജീവനത്തിന്റെ പ്രതാപം ഇങ്ങനെ ലോകത്തിലുള്ളത് എല്ലാം പിതാവിൽ നിന്നല്ല, ലോകത്തിൽ നിന്നത്രേ ആകുന്നു."1യോഹ.2:16

"മോഹങ്ങൾ ജനിക്കുമാറു ജഡത്തിനായി ചിന്തിക്കരുത്". റോമ. 13:14.

അവസാനമായി എഴുതട്ടെ, പഴയ മനുഷ്യനെ മരിപ്പിക്കുക എന്ന് പറയാനും, പ്രസംഗിക്കാനും, എഴുതാനും എളുപ്പമാണ്. അടിച്ചു കൊല്ലാമെന്നു വിചാരിച്ചാലും 'ഞാൻ' എന്ന പഴയ മനുഷ്യൻ മരിക്കുകയില്ല. ഒന്നോ രണ്ടോ ദിവസങ്ങൾ കൊണ്ടോ, മാസങ്ങൾകൊണ്ടോ, വർഷങ്ങൾ കൊണ്ടോ ഈ മരണം സംഭവിക്കുകയുമില്ല. ദിനം പ്രതി, നിമിഷം പ്രതി, മരണപര്യന്തം നാമത് തുടർന്നുകൊണ്ടേയിരിക്കണം. എന്നാൽ നമുക്കത് സ്വയമായി ചെയ്യാനും സാദ്ധ്യമല്ല.

ദൈവകൃപയിലാശ്രയിച്ചു മാത്രമേ നമുക്കത് ചെയ്യാൻ സാധിക്കുകയും.(2 കൊരി. 12:9, ഫിലി. 4:13)

കർത്താവിന്റെ ദാസി കാതറിൻ കൂൾമാൻ ഒരുദിവസം പല പ്രാവശ്യം മരിക്കുമായിരുന്നുവെന്ന് പറഞ്ഞതായി ഒരു പുസ്തകത്തിൽ വായിക്കാനിടയായി. പൗലൊസ് അപ്പൊസ്തലനും ദിവസേന മരിച്ചിരുന്നുവെന്നു തിരുവെഴുത്ത് വ്യക്തമാക്കുന്നു. നാമും ദിവസേന മരിക്കണം.

"സഹോദരൻമാരെ , നമ്മുടെ കർത്താവായ ക്രിസ്തുയേശുവിങ്കൽ എനിക്കു നിങ്ങളിലുള്ള പ്രശംസയാണ ഞാൻ ദിവസേന മരിക്കുന്നു."1 കൊരി. 15:31

"നിന്റെ നിമിത്തം ഞങ്ങളെ ഇടവിടാതെ കൊല്ലുന്നു".റോമ. 8:36.

"നിന്റെ നിമിത്തം ഞങ്ങളെ ദിവസംപ്രതി കൊല്ലുന്നു. അറുപ്പാനുള്ള ആടുകളെപോലെ ഞങ്ങളെ എണ്ണുന്നു".സങ്കീ. 44:22.

മുകളിൽ പറഞ്ഞ പ്രക്രിയകളിലൂടെ(process) പുറത്തെ മനുഷ്യനെ മരിപ്പിക്കുമ്പോൾ (ക്രൂശിക്കുമ്പോൾ) മഹത്വം നമ്മിൽ നിന്നും പുറത്തു വരികയും, സകല മനുഷ്യരും ഒരുപോലെ അതിനെ കാണുകയും ചെയ്യും. (യെശ.40:5).

2

ദൈവഹിതപ്രകാരം പണിയപ്പെടുക

സത്യവേദപുസ്തകം പഠിക്കുമ്പോൾ ദൈവഹിതപ്രകാരം പണിയപ്പെട്ട വ്യക്തികളുടെമേലും ആലയങ്ങളിൻമേലുമാണ് ദൈവമഹത്വം ഇറങ്ങിയതെന്നു മനസ്സിലാക്കാൻ സാധിക്കും. ചില ഉദാഹരണങ്ങൾ നോക്കാം.

<u>1) സീനായി മലയിൽ വച്ച്ദൈവം കാണിച്ചുകൊടുത്ത മാതൃകപ്രകാരം (പുറ. 25:40) മോശെ സമാഗമന കൂടാരത്തിന്റെ പണി ചെയ്തു പൂർത്തിയായപ്പോഴാണ് യഹോവയുടെ മഹത്വം (തേജസ്സ്) നിവാസത്തെ നിറച്ചത്.</u>

"തിരുനിവാസവും അതിന്റെ ഉപകരണങ്ങളും ഞാൻ കാണിക്കുന്ന മാതൃക പ്രകാരമൊക്കെയും തന്നെ ഉണ്ടാക്കണം". പുറ. 25:9

"കൂടാരം തീർക്കുവാൻ മോശെ ആരംഭിച്ചപ്പോൾ പർവ്വതത്തിൽ നിനക്കു കാണിച്ച മാതൃകപ്രകാരം നീ സകലവും ചെയ്യുവാൻ നോക്കുക എന്നു അവനോടു അരുളിച്ചെയ്തതുപോലെ അവർ സ്വർഗ്ഗീയത്തിന്റെ ദൃഷ്ടാന്തവും നിഴലുമായതിൽ ശുശ്രൂഷ ചെയ്യുന്നു".എബ്രാ. 8:5

"യഹോവ മോശെയെ കാണിച്ച മാതൃകപോലെ തന്നെ അവൻ നിലവിളക്കു ഉണ്ടാക്കി" സംഖ്യ. 8:4

"യഹോവ മോശെയോടു കല്പിച്ചതുപോലെതന്നെ അവർ അതു ചെയ്തു തീർത്തിരിക്കുന്നു എന്നു കണ്ടു മോശെ അവരെ അനുഗ്രഹിച്ചു". പുറ. 39:43

"ഇങ്ങനെ മോശെ പ്രവൃത്തി സമാപിച്ചു. അപ്പോൾ മേഘം സമാഗമനകൂടാരത്തെ മൂടി, യഹോവയുടെ തേജസ്സു തിരുനിവാസത്തെ നിറച്ചു" പുറ. 40:33, 34.

<u>2)</u> ശലോമോൻ യഹോവയുടെ ആലയത്തിനുവേണ്ടി ചെയ്ത പണിയൊക്കെയും തീർന്നപ്പോൾ യഹോവയുടെ തേജസ്സ് (മഹത്വം) ദൈവാലയത്തിലിറങ്ങി.

"ഇങ്ങനെ ശലോമോൻ യഹോവയുടെ ആലയത്തിനുവേണ്ടി ചെയ്ത പണിയൊക്കെയും തീർന്നു". 2 ദിന. 5:1

"അവർ ഉച്ചത്തിൽ പാടി യഹോവയെ സ്തുതിച്ചപ്പോൾ യഹോവയുടെ ആലയമായ മന്ദിരത്തിൽ ഒരു മേഘം നിറഞ്ഞു. 2 ദിന. 5:13.

"യഹോവയുടെ തേജസ്സ് ദൈവാലയത്തിൽ നിറഞ്ഞിരുന്നതുകൊണ്ട് പുരോഹിതൻമാർക്കു മേഘം നിമിത്തം ശുശ്രൂഷ ചെയ്യേണ്ടതിനു നില്പാൻ കഴിഞ്ഞില്ല". 2 ദിന. 5:14.

സമാഗമന കൂടാരത്തിന്റെയും ശലോമോന്റെ ആലയത്തിന്റെയും പണി തീർന്നപ്പോഴാണു ദൈവമഹത്വം ഇറങ്ങിയതെങ്കിൽ പുതിയനിയമ ആലയമായ എന്റെയും നിങ്ങളുടെയും പണി ദൈവത്തിന്റെ അളവിലും അവന്റെ ക്രമപ്രകാരവും(Standard)പണിതു കഴിയുമ്പോഴാണ് ദൈവമഹത്വം ഇറങ്ങുന്നതെന്നു സ്പഷ്ടം.

പ്രിയരെ, നാമിന്നായിരിക്കുന്നത് ദൈവത്തിന്റെ പണിപ്പുരയിലാണ്. നാമാകുന്ന ആലയത്തെ മഹത്വപൂർണ്ണമാക്കാനാണ് ദൈവം പണിയുന്നത്. അതുവരെയും അവിടുന്നു നമ്മെ പണിതുകൊണ്ടേയിരിക്കും. മനുഷ്യർ തള്ളിയതെങ്കിലും ദൈവസന്നിധിയിൽ ശ്രേഷ്ഠവും

മാന്യവുമായ ജീവനുള്ള കല്ലായ ക്രിസ്തുവാകുന്ന പാറമേലാണ് ദൈവം നമ്മെ പണിയുന്നത്. (മത്താ.16:18) അവന്റെ അടുക്കൽ വന്നിട്ടു നാം ജീവനുള്ള കല്ലുകൾ എന്നപോലെ ആത്മീക ഗൃഹമായി യേശുക്രിസ്തു മുഖാന്തരം ദൈവത്തിനു പ്രസാദമുള്ള ആത്മീയയാഗം കഴിപ്പാൻ തക്ക വിശുദ്ധപുരോഹിത വർഗ്ഗമാകേണ്ടതിനു പണിയപ്പെടുന്നുവെന്ന് 1 പത്രൊസ് 2ന്റെ 5ൽ രേഖപ്പെടുത്തിയിരിക്കുന്നു.പണിയുമ്പോൾ അതിനുപിന്നിലൊരു വേദനയുണ്ട്. കാരണം,പണിയാനുപയോഗിക്കുന്നത് പെയിന്റിംഗ് ബ്രഷോ, മൈലാഞ്ചിയിടുന്ന ബ്രഷോ അല്ല.വാൾ, ഉളി, ചുറ്റിക തുടങ്ങി നമ്മെ വേദനിപ്പിക്കുന്ന ഉപകരണങ്ങളാണ്. വേദനയുണ്ടെന്നറിഞ്ഞുകൊണ്ടു തന്നെ അവന്റെയിഷ്ടപ്രകാരം പണിയുന്നതിനു നമ്മെ പൂർണ്ണമായി അവന്റെ കരങ്ങളിലേൽപ്പിച്ചു കൊടുത്താൽ മാത്രമേ അവിടുന്നു നമ്മെ പണിയുകയുള്ളൂ.

ഒരു വ്യക്തിയെ ഉടച്ചു വാർക്കാതെ ഒരുവനെ പ്രയോജനപ്പെടുത്താൻ ദൈവത്തിന് കഴിയുകയയില്ല."ആഴത്തിൽ മുറിവേൽപ്പിക്കാതെ ദൈവം ഒരു മനുഷ്യനെ മഹത്തരമായ രീതിയിൽ അനുഗ്രഹിക്കുമോ എന്നെനിക്കുസംശയമുണ്ട്".എന്ന് A.W.Tozer എന്ന കർത്താവിന്റെ ദാസൻ പറഞ്ഞു. ഈ കാര്യത്തിൽ എനിക്കൊരു സംശയവുമില്ല. ദൈവം തന്റെ മഹത്വ ശുശ്രൂഷയ്ക്കായി പ്രയോജനപ്പെടുത്തുന്ന എല്ലാവരും തന്നെ ഒരു രീതിയിൽ അല്ലെങ്കിൽ മറ്റൊരു രീതിയിൽ ആഴത്തിൽ മുറിവേറ്റവരുംമുറിവേറ്റുകൊണ്ടിരിക്കുന്നവരുമാണ്.

പലപ്പോഴും ഇരുട്ടിന്റെയും മരുഭൂമിയുടെയും അവസ്ഥകളിലൂടെ ഒറ്റയ്ക്കു കടത്തിവിട്ടാണ് അവൻ നമ്മെ പണിയുന്നത്.

ദൈവത്തെ സ്നേഹിക്കുന്നവരുടെ ജീവിതത്തിൽ കടന്നുവരുന്ന എല്ലാ ഏകാന്തതകളും തിരസ്ക്കരണങ്ങളും മരുഭൂമികളും ഇരുട്ടുകളും മുറിവുകളും ദൈവം അറിഞ്ഞും അനുവദിച്ചും വരുന്നതാണ്. അത് നൻമയ്ക്കായി മാത്രം വരുന്നതാണ്. ശത്രുവായ സാത്താനും മനുഷ്യരും തിൻമയ്ക്കായി ചെയ്യുന്നതുപോലും ദൈവം നൻമയ്ക്കാക്കി തീർക്കും (റോമ.8:28).

നാം നക്ഷത്രങ്ങളെപോലെ പ്രകാശിക്കണമെന്ന് ദൈവംആഗ്രഹിക്കുന്നു (ദാനീ.12:3). ഇരുട്ടിൽ മാത്രമേ നക്ഷത്രങ്ങളെ കാണാനും അതിന്റെ പ്രകാശത്തെ മനസ്സിലാക്കാനും അനുഭവിക്കാനും സാധിക്കുകയുള്ളൂ. ആയതുപോലെ നമ്മുടെ ജീവിതത്തിൽ ഇരുട്ടു കടന്നു വരുമ്പോൾ ലോകം നമ്മെ അറിയും, നമ്മെ മനസ്സിലാക്കും. മാത്രമല്ല, നമ്മുടെ പ്രകാശം അവർക്കൊരനുഗ്രഹമായിത്തീരുകയും ചെയ്യും .ആകയാൽ ഏകാന്തത അനുഭവിക്കുമ്പോൾ മനസ്സിലാക്കുക, കർത്താവിന്റെ കരം നിങ്ങളുടെ മേൽ ഉണ്ട്. അവൻ നിങ്ങളെ പണിയുകയാണ്.

"നീ മുമ്പും പിമ്പും അടച്ചു നിന്റെ കൈ എന്റെമേൽ വെച്ചിരിക്കുന്നു". സങ്കീ.135:9.

അതിപരിശുദ്ധ സ്ഥലത്ത് മഹാപുരോഹിതനും ദൈവവും മാത്രം എന്നപോലെ നാം മഹത്വത്തോടടുക്കുന്തോറും നാമറിയാതെ എല്ലാവരും നമ്മെ വിട്ടു മാറും. നാമും ദൈവവും മാത്രമാകും. കർത്താവിന്റെ ദാസി ജോയ്സ് മേയർ ഒരിക്കലിപ്രകാരം പറയുകയുണ്ടായി. "ദൈവത്തോടു കൂടെയുള്ള നിങ്ങളുടെ നടപ്പു ശക്തമാണെങ്കിൽ നിങ്ങൾ ഏറ്റവും കൂടുതൽ സ്നേഹിച്ച വ്യക്തി ഒരുപക്ഷേ നിങ്ങളിൽ നിന്നും അകന്നു പോകാം".

ഒരിക്കലൊരു ശില്പി ഒരു തടിക്ഷണത്തിൽ നിന്നും വളരെ മനോഹരമായ ഒരു ശിൽപം കൊത്തിയുണ്ടാക്കി. നിങ്ങൾ അങ്ങനെയാണ് ഇത്രയും മനോഹരമായ ഒരു ശില്പം ഉണ്ടാക്കിയതെന്നു തന്റെ സുഹൃത്ത് ചോദിച്ചപ്പോൾ ശില്പി പറഞ്ഞ മറുപടി വളരെ ശ്രദ്ധേയവും, അർത്ഥവത്തായതും, നമ്മെ ബലപ്പെടുത്തുന്നതുമാണ്. "ശില്പം ഉണ്ടാക്കിയതല്ല, അത് തടിക്കകത്തു തന്നെ ഉണ്ടായിരുന്നതാണ്. വേണ്ടാത്തതെല്ലാം ഞാൻ അതിൽ നിന്നും ചെത്തിക്കളഞ്ഞതേയുള്ളൂ".നമ്മുടെ യജമാനനായ ശില്പിയും ചെയ്യുന്നതു അതുതന്നെയാണ്. നമ്മുടെ ഉള്ളിലുള്ള മഹത്വം പുറത്തെടു ക്കുന്നതിനു വേണ്ടി നമ്മിൽ നിന്നും വേണ്ടാത്തതെല്ലാം ചെത്തിക്കളയുന്നു. ആ പണി പൂർത്തിയായിക്കഴിയുമ്പോൾ നമ്മിലുള്ള ദൈവമഹത്വം നമ്മിൽ നിന്നും പുറത്തുവരും.അപ്പോൾ ദൈവത്തിന്റെ ആലയമായ നമ്മുടെ ശരീരം മഹത്വപൂർണ്ണമാവുകയും (ഹഗ്ഗാ.2:9) ആ മഹത്വം പുറപ്പെട്ടു അതിമഹത്തായ ശുശ്രൂഷകൾ ചെയ്യുകയയും ചെയ്യും.

3

ദൈവീക കൂട്ടായ്മകള്‍

മൂന്നാമതായി ദൈവീക കൂട്ടായ്മകളാണ്നമ്മെ മഹത്വപൂര്‍ണ്ണമാക്കുന്നത്. നാം ആരോടാണ് ഏറ്റവും കൂടുതല്‍ പറ്റിയിരിക്കുകയയും കൂടെ നടക്കുകയും ചെയ്യുന്നത് അവരുടെ സ്വഭാവമാണ് നമ്മിലേക്കു പകരപ്പെടുന്നത്. ആകയാല്‍ നാം മഹത്വപൂര്‍ണ്ണമാകണമെങ്കില്‍ മഹത്വമായ ദൈവത്തോടും ദൈവമക്കളോടുമുള്ള കൂട്ടായ്മ അത്യാവശ്യമാണ്.

I. <u>ദൈവത്തോടുള്ള കൂട്ടായ്മ</u> :- ഒന്നാമതായും പ്രധാനമായും നമുക്കു കൂട്ടായ്മ ആവശ്യം ത്രിയേക ദൈവത്തോടു തന്നെയാണ്. നാം എത്രത്തോളം ദൈവത്തോടു കൂടെ നടക്കുകയും കൂടെ വസിക്കുകയും ചെയ്യുമോ അത്രത്തോളം ദൈവത്തിന്റെ മഹത്വം നാമറിയാതെ നമ്മിലേക്കു പകര്‍ന്നുകൊണ്ടേയിരിക്കും.

"ഞാന്‍ അവരില്‍ വസിക്കയും അവരുടെ ഇടയില്‍ നടക്കയും ചെയ്യും.ഞാന്‍ അവര്‍ക്കു ദൈവവും അവര്‍ എനിക്കു ജനവും ആകും എന്നു ദൈവം അരുളിച്ചെയ്തിരിക്കുന്നുവല്ലോ?"2 കൊരി.6:16

<u>1) പിതാവാം ദൈവത്തോടുള്ള കൂട്ടായ്മ</u> :

"ഞങ്ങളുടെകൂട്ടായ്മയോപിതാവിനോടുംഅവന്റെപുത്രനായ യേശുക്രിസ്തുവിനോടും ആകുന്നു". 1 യോഹ 1:3

2) യേശുക്രിസ്തുവിനോടുള്ള കൂട്ടായ്മ:

"തന്റെ പുത്രനും നമ്മുടെ കർത്താവുമായയേശുക്രിസ്തുവിന്റെ കൂട്ടായ്മയിലേക്കു നിങ്ങളെ വിളിച്ചിരിക്കുന്ന ദൈവം വിശ്വസ്തൻ" 1 കൊരി. 1:9

നമ്മുടെ തലയായ ക്രിസ്തുവിൽ സർവ്വ സമ്പൂർണ്ണതയുമുണ്ട്. ആകയാൽ ശരീരമാകുന്ന നാം തലയായ ക്രിസ്തുവുമായുള്ള കൂട്ടായ്മയിലായിരിക്കുമ്പോൾ തലയ്ക്കുള്ളതെല്ലാം ശരീരമാകുന്ന നമ്മിലേക്കു പകരപ്പെടും.

"അവനില്ലല്ലോ ദൈവത്തിന്റെ സർവ്വ സമ്പൂർണ്ണതയും ദേഹരൂപമായി വസിക്കുന്നത്" കൊലൊ.2:9

"ആകയാൽ നിങ്ങൾ കർത്താവായ യേശുക്രിസ്തുവിനെ കൈക്കൊണ്ടതുപോലെ അവന്റെ കൂട്ടായ്മയിൽ നടപ്പിൻ" കൊലൊ.2:6

3)പരിശുദ്ധാത്മാവിനോടുള്ള കൂട്ടായ്മ:

"കർത്താവായ യേശു ക്രിസ്തുവിന്റെ കൃപയും ദൈവത്തിന്റെ സ്നേഹവും പരിശുദ്ധാത്മാവിന്റെ കൂട്ടായ്മയും നിങ്ങളെല്ലാവരോടും കൂടെ ഇരിക്കുമാറാകട്ടെ" 2കൊരി 13:14

ഒരാകർഷണശക്തിയും ഇല്ലാത്ത ഇരുമ്പു, കാന്തത്തോടു പറ്റിയിരിക്കുമ്പോൾ കാന്തത്തിന്റെ സ്വഭാവമായ ആകർഷണ ശക്തി ഇരുമ്പിനു ലഭിക്കുന്നതുപോലെ, മഹത്വപൂർണ്ണനായ ദൈവത്തോടു നാം പറ്റിയിരുന്നാൽ ദൈവത്തിന്റെ മഹത്വം നാമറിയാതെ നമ്മിലേക്കു പകരപ്പെടും. ബൈബിളിൽ നിന്നും തെളിയിക്കാം.

a. മോശെ: മോശെ സീനായി പർവ്വതത്തിൽ 40 രാവും 40പകലും ദൈവത്തോടുകൂടെ ആയിരുന്നപ്പോൾ ദൈവമഹത്വത്താൽ മോശെയുടെ ത്വക്കു പ്രകാശിച്ചു.

പുറ.34:29.

b. പൗലൊസ്: ദൈവവുമായുള്ള കൂട്ടായ്മയുടെ ഫലമായി പൗലൊസിന്റെ റൂമാലിലും ഉത്തരീയത്തിലും ദൈവത്തിന്റെ മഹത്വം വ്യാപരിക്കുകയും അവയിലൂടെ ദൈവീക വിടുതലുകൾ നടക്കുകയും ചെയ്തു. അപ്പൊ.19:12

c. മോശെയുടെ വടി:മോശെയുടെ വടിയിൽ ദൈവമഹത്വം ഇറങ്ങിയപ്പോൾ, അത് ദൈവത്തിന്റെ വടിയായിത്തീർന്നു. അതുവരെയും നടന്നിട്ടില്ലാത്ത അത്ഭുതങ്ങളും അടയാളങ്ങളും അതിലൂടെ നടന്നു. പ്രധാനമായി ഫറവോനെതിരായി 10 ബാധകളെ ഉത്ഭവിപ്പിക്കുന്നതിൽ മോശെയുടെ വടിയ്ക്കു വലിയൊരു സ്ഥാനം ഉണ്ടായിരുന്നതായി പുറപ്പാടു പുസ്തകത്തിൽ കാണാൻ സാധിക്കും.

d. എലീശ: മഹത്വം ചുമന്നു ജീവിച്ച എലീശ മരിച്ചിട്ടും മഹത്വം മരിച്ചില്ല. തന്റെ അസ്ഥികളിലുണ്ടായിരുന്ന മഹത്വം മരിച്ചവനെ ഉയിർപ്പിച്ചു.

"ചിലർ ഒരു മനുഷ്യനെ അടക്കം ചെയ്യുമ്പോൾ ഒരു പടക്കൂട്ടത്തെ കണ്ടിട്ടു അയാളെ എലീശയുടെ കല്ലറയിൽ ഇട്ടു. അവൻ അതിൽ വീണു. എലീശയുടെ അസ്ഥികളെ തൊട്ടപ്പോൾ ജീവിച്ചു കാലൂന്നി എഴുന്നേറ്റു". 2 രാജ. 13:21

e. യേശു : അവസാനമായി മനസ്സിലാക്കുക, എപ്പോഴും ദൈവസാന്നിദ്ധ്യത്തിൽ മാത്രമായിരുന്ന നമ്മുടെ മാതൃകയായ കർത്താവായ യേശുക്രിസ്തുവിന്റെ വസ്ത്രത്തിന്റെ തൊങ്ങലിൽ തുടങ്ങി, നോട്ടത്തിലും തുപ്പലിലും കൈകളിലും, കാലുകളിലും ശബ്ദത്തിലും എല്ലാം ദൈവമഹത്വം വെളിപ്പെട്ടു. ആ മഹത്വം (ശക്തി) പുറപ്പെട്ടു എല്ലാവരെയും സൗഖ്യമാക്കി. ഭൂതങ്ങളെ പുറത്താക്കി.ഊമർ സംസാരിച്ചു.

"ശക്തി അവനിൽ നിന്നു പുറപ്പെട്ടു എല്ലാവരെയും സൗഖ്യമാക്കുകകൊണ്ടു പുരുഷാരം ഒക്കെയും അവനെ തൊടുവാൻ ശ്രമിച്ചു". (ലൂക്കൊ. 6:19 മത്താ.12:15,

മത്താ.19:2)

തത്ഫലമായി തന്റെ ശ്രുതി നാടെങ്ങും പരന്നു. (മർ.2:1) ചുറ്റുമുള്ള നാട്ടിൽ എല്ലാം ആളയച്ചു ദീനക്കാരെ ഒക്കെയും അവന്റെ അടുക്കൽ കൊണ്ടുവന്നു (മത്താ.14:35). ഉടനെ വാതിൽക്കൽപോലും ഇടമില്ലാതവണ്ണം പലരും വന്നുകൂടി. അവൻ അവരോടു വചനം പ്രസ്താവിച്ചു. (മർ.2:2). **എല്ലാവരും വിസ്മയിച്ചു.** ഇങ്ങനെ ഒരുനാളും കണ്ടിട്ടില്ല എന്നു പറഞ്ഞു **ദൈവത്തെ മഹത്വപ്പെടുത്തി.** (മർ.2:12) യിസ്രായേലിൽ ഇങ്ങനെ ഒരുനാളും കണ്ടിട്ടില്ലായെന്നു പുരുഷാരം അതിശയിച്ചു. (മത്താ.9:33) ഇതാണ് അന്ത്യകാല ഉണർവ്വിലും സംഭവിക്കേണ്ടത്.

ആകയാൽ പ്രിയ സഹോദരങ്ങളെ, കൊമ്പു മുന്തിരിവള്ളിയോടു പറ്റിയിരിക്കുന്നതുപോലെ, മനുഷ്യരോടു കൂടെയിരിക്കുന്നതിനേക്കാൾ അധികം സമയം നമുക്കു ദൈവത്തോടു പറ്റിയിരിക്കാം.നാം അപ്രകാരം തീരുമാനിച്ചാൽ പരിശുദ്ധാത്മാവ് നമ്മെ അതിനു സഹായിക്കും.

II. ദൈവമക്കളോടുള്ള കൂട്ടായ്മ: മുമ്പെ ഇരുളായിരുന്ന നാം ലോകത്തിന്റെ വെളിച്ചമായ ദൈവമക്കളോടു പറ്റിയിരിക്കുകയും ദൈവ വചനത്തിൽ നടക്കുകയും ചെയ്താൽ കർത്താവിൽ വെളിച്ചമായിത്തീരും.(എഫെ.5:8)

"നിങ്ങൾ **ലോകത്തിന്റെ വെളിച്ചം** ആകുന്നു." മത്താ 5:14 "അവൻ വെളിച്ചത്തിൽ ഇരിക്കുന്നതുപോലെ നാം വെളിച്ചത്തിൽ നടക്കുന്നുവെങ്കിൽ നമുക്കു തമ്മിൽ കൂട്ടായ്മ ഉണ്ടു". 1 യോഹ.1:7.

"എന്നെ (യേശുവിനെ) അനുഗമിക്കുന്നവൻ ഇരുളിൽ നടക്കാതെ **ജീവന്റെ** വെളിച്ചമുള്ളവൻ ആകും എ(ന്നു പറഞ്ഞു"യോഹ 8:12

ആത്മീയൻ ഒരിക്കലും ജഡീകനുമായി കൂട്ടായ്മ പാടില്ല. (2 കൊരി 6:14,15) അവർക്കു കർത്താവിന്റെ പാനപാത്രവും

ഭൂതങ്ങളുടെ പാനപാത്രവും കുടിക്കാൻ സാദ്ധ്യമല്ല. കർത്താവിന്റെ മേശയിലും ഭൂതങ്ങളുടെ മേശയിലും അംശികളാകാനും പാട് ല്ല(1കൊരി10:21.)

ലോകത്തിന്റെ വെളിച്ചമായ ദൈവമക്കളോടുകൂടെ നാം കൂട്ടായ്മ ആചരിക്കുമ്പോൾ "ഇരുമ്പു ഇരുമ്പിനു മൂർച്ച കൂട്ടുന്നു.മനുഷ്യൻ മനൂഷ്യനു മൂർച്ചകൂട്ടുന്നു". (സദൃ.27:17) എന്ന തിരുവചനം പോലെ നമ്മുടെ വെളിച്ചവും മഹത്വവും വർദ്ധിക്കും.

ചുരുക്കിപ്പറഞ്ഞാൽ, നമ്മുടെ കൂട്ടായ്മ നമ്മെ ദൈവീക മഹത്വത്തോട് അടുപ്പിക്കുന്നവരുമായിട്ടായിരിക്കണം.നമ്മുടെ ആത്മീയ തീയെ തണുപ്പിക്കുന്നവരുമായിട്ടാകരുത്.

4

പരീക്ഷകൾ (കഷ്ടതകൾ)

നമ്മുടെ സ്വയത്തെ തകർത്തു മഹത്വത്തെ പുറത്തുകൊണ്ടു വരുന്ന നാലാമത്തെ ഘടകമാണ് പരീക്ഷകൾ . ഇവിടെ "പരീക്ഷകൾ" എന്നു പറഞ്ഞിരിക്കുന്നത് "പ്രലോഭനങ്ങൾ" എന്ന അർത്ഥത്തിലല്ല. ദൈവം ആരെയും ഒരിക്കലും പാപം ചെയ്യാൻ പ്രലോഭിപ്പിക്കുന്നില്ല. സാത്താനാണ് അപ്രകാരം പ്രലോഭിപ്പിക്കുന്നത്. ഇംഗ്ലീഷ് വിവർത്തനത്തിൽ പരീക്ഷകൾക്കു tests എന്നും Exams എന്നും രേഖപ്പെടുത്തിയിരിക്കുമ്പോൾ പ്രലോഭനങ്ങൾക്കു temptations എന്നാണ് രേഖപ്പെടുത്തിയിരിക്കുന്നത്. എന്നാൽ മലയാള വിവർത്തനത്തിൽ രണ്ടിനും പരീക്ഷകൾ എന്നും രേഖപ്പെടുത്തിയിരിക്കുന്നു.

"ദൈവം ദോഷങ്ങളാൽ പരീക്ഷിക്കപ്പെടാത്തവൻ ആകുന്നു. താൻ ആരെയും പരീക്ഷിക്കുന്നതുമില്ല."യാക്കൊ. 1:13 പിശാച് യേശുവിനെ പരീക്ഷിച്ചതായി സുവിശേഷങ്ങളിൽ വായിക്കുന്നു. ഇവിടെ കാണുന്ന പരീക്ഷ, പ്രലോഭനങ്ങൾ (temptations) ആണ്. എന്നാൽ ഉല്പത്തി പുസ്തകം 22-ാം അദ്ധ്യായത്തിന്റെ ഒന്നാം വാക്യത്തിൽ ദൈവം അബ്രഹാമിനെ പരീക്ഷിച്ചതായി രേഖപ്പെടുത്തിയിരിക്കുന്നു. ഇംഗ്ലീഷിൽ അതിനെ പരിശോധന(test/exam) എന്നാണ്

രേഖപ്പെടുത്തിയിരിക്കുന്നത്. അതായത് ദൈവം നമ്മെ പാപം ചെയ്യാൻ പ്രലോഭിപ്പിക്കുന്നില്ല. പകരം സ്കൂളുകളിലും കോളേജുകളിലും പരീക്ഷ നടത്തുന്നതുപോലെ, ദൈവം തന്റെ മക്കൾക്കു ഇടയ്ക്കിടയ്ക്കു പരീക്ഷ നടത്താറുണ്ട്. അപ്രകാരമുള്ള പരീക്ഷകളാണ് നമുക്കു ആത്മീയ ഉയർച്ചകൾ (Promotions/upgradations) കൊണ്ടുവരുന്നത്.

യേശുവിന്റെ ക്രൂശുമരണമാണ് യേശുവിൽ തേജസ്സു കൊണ്ടുവന്നതെന്നു തിരുവചനം പഠിപ്പിക്കുന്നു. ദൈവപുത്രനായ കർത്താവായ യേശുക്രിസ്തുവിനു മഹത്വത്തിൽ പ്രവേശിക്കുന്നതിനു കഷ്ടത ആവശ്യമായിരുന്നുവെങ്കിൽ അവന്റെ ശിഷ്യരായ നമുക്ക് എത്ര അധികം ?

"ക്രിസ്തു ഇങ്ങനെ കഷ്ടം അനുഭവിച്ചിട്ട് തന്റെ മഹത്വത്തിൽ കടക്കേണ്ടതല്ലയോ എന്നു പറഞ്ഞു". ലൂക്കൊ. 24:26

"നാം അവനോടുകൂടെ തേജസ്ക്കരിക്കപ്പെടേണ്ടതിന് അവനോടുകൂടെ കഷ്ടം അനുഭവിച്ചാലത്രേ". റോമ. 8:17

"ക്രിസ്തുവിന്റെ കഷ്ടങ്ങൾക്കു പങ്കുള്ളവരാകുന്തോറും സന്തോഷിച്ചുകൊൾവിൻ. അങ്ങനെ നിങ്ങൾ അവന്റെ തേജസ്സിന്റെ പ്രത്യക്ഷതയിൽ ഉല്ലസിച്ചാനന്ദിപ്പാൻ ഇടവരും?" 1 പത്രൊ. 4:13 ക്രിസ്തുവിന്റെ ശിഷ്യൻ ആകാൻ........

(1) തന്നെത്താൻ ത്യജിക്കണം.

(2) തന്റെ ക്രൂശ് എടുക്കണം.

(3) യേശുവിനെ അനുഗമിക്കണം.(മത്താ. 16:24.)

യേശു പറയുന്നത് ശ്രദ്ധിക്കുക "മകനേ, മകളേ, മഹത്വം നിന്റെ ഉള്ളിലാണ്. നീ തകർന്നാലേ മഹത്വം പുറത്തുവരികയുള്ളൂ" .അപ്പോൾ ലോകം അതു കാണുകയും ആത്മാക്കൾ അതിലേക്ക് ആകർഷിക്കപ്പെടുകയും വിടുവിക്കപ്പെടുകയും ചെയ്യും . ദൈവമഹത്വം നമ്മിൽ നിന്നും പുറത്തു വന്നാൽ മാത്രമേ ദൈവപ്രവൃത്തി

നടക്കുകയുള്ളൂ. അല്ലായെങ്കിൽ ഒരു സിംഹത്തെ (കഴുകനെ)കൂട്ടിൽ അടച്ചിട്ടിരിക്കുന്നതുപോലെയാണ്. എത്ര ശക്തിയും കഴിവും ഉള്ള സിംഹം ആണെങ്കിലും, കൂട്ടിൽ കിടന്നുകൊണ്ട് അതിന് ഒന്നും ചെയ്യാൻ സാദ്ധ്യമല്ല. ആയതുപോലെ ദൈവമഹത്വമായ ക്രിസ്തുവിനെ നാം ഉള്ളിൽ ഒതുക്കുന്നിടത്തോളം ദൈവപ്രവൃത്തിയ്ക്ക് അതിരിടുകയാണ്.പഴയ നിയമത്തിലെ ഒരു സംഭവം ഇതിനോടു ചേർത്തു പഠിക്കാം......

ന്യായാധിപൻമാരുടെ പുസ്തകം 7-ാം അദ്ധ്യായത്തിൽ ഗിദയോനും സൈന്യവും യുദ്ധത്തിനു പുറപ്പെട്ടപ്പോൾ അവരിൽ ഓരോരുത്തന്റെയും കയ്യിൽ ഓരോ കാഹളവും വെറും കുടവും, കുടത്തിനകത്ത് ഓരോ പന്തവും കൊടുത്തു. (ന്യായാ. 7:16) യുദ്ധസമയത്ത് അവർ ഓരോരുത്തരും കാഹളം ഊതുകയും കുടം ഉടയ്ക്കുകയും ചെയ്തു. (ന്യായാ. 7:19) കുടങ്ങൾ ഉടഞ്ഞപ്പോൾ അതിനകത്ത് ഉണ്ടായിരുന്ന പന്തങ്ങൾ പുറത്തു കാണപ്പെട്ടു. ആയതുപോലെ നമ്മുടെ മൺകൂടാരമാകുന്ന പുറത്തെ മനുഷ്യൻ (നമ്മുടെ സ്വയം) ആകുന്ന കുടം ഉടഞ്ഞാൽ മാത്രമേ പന്തമാകുന്ന മഹത്വത്തെ മറ്റുള്ളവർക്കു കാണാൻ സാധിക്കുകയുള്ളൂ. യോഹന്നാൻ 12:24 ലും അപ്രകാരമുള്ള ഒരു മരണത്തെ കാണാൻ സാധിക്കും.

"കോതമ്പു മണി നിലത്തു വീണു ചാകുന്നില്ല എങ്കിൽ അത് തനിയേ ഇരിക്കും. ചത്തു എങ്കിലോ വളരെ വിളവുണ്ടാകും".

ഒരു കോതമ്പു മണി നട്ടാൽ അത് മുളയ്ക്കുമ്പോൾ നട്ടതായ കോതമ്പു മണി ചാകുന്നു. പിന്നെ അതവിടെയില്ല. പകരം അനേകം കോതമ്പുമണികൾ ആ സ്ഥാനത്ത് ഉണ്ടാകും.അകത്തെ മനുഷ്യനായ മഹത്വത്തിന്റെ പ്രത്യാശയായ ക്രിസ്തു എന്ന ദൈവമഹത്വത്തെ പുറത്തുകൊണ്ടുവരാനുള്ള 4 പ്രക്രിയകളെ (process)

കുറിച്ചാണ് നാം പഠിച്ചത്. ദൈവമഹത്വത്തെ പുറത്തു കൊണ്ടുവരാനുള്ള മറ്റു മാർഗ്ഗങ്ങൾ എന്തൊക്കെയാണന്നു തുടർന്നു പഠിക്കാം.

5

അകത്തെ മനുഷ്യനെ സംരക്ഷിക്കുക

ആത്മാവായ അകത്തെ മനുഷ്യനെതിരായി എപ്പോഴും പോരാട്ടം ഉണ്ടെന്നു സത്യവേദപുസ്തകം പഠിപ്പിക്കുന്നു. ആ പോരാട്ടത്തിൽ അകത്തെ മനുഷ്യന് മുറിവേൽക്കാതെ സംരക്ഷിക്കേണ്ട ഉത്തരവാദിത്തം വ്യക്തിപരമാണ്. പോരാടുന്നത് ജഡീക രക്തങ്ങളല്ല, ആത്മ മണ്ഡലമാണ്. അതുകൊണ്ടുതന്നെ, ജഡീക ആയുധങ്ങളുപയോഗിച്ചു പോരാടാൻ സാദ്ധ്യമല്ല.

"നമുക്ക് പോരാട്ടം ഉള്ളതു ജഡരക്തങ്ങളോടല്ല ,വാഴ്ചകളോടും അധികാരങ്ങളോടും ഈ അന്ധകാരത്തിന്റെ ലോകാധിപതികളോടും സ്വർല്ലോകങ്ങളിലെ ദുഷ്ടാത്മസേനയോടും അത്രേ" എഫെ. 6:12.

"ഞങ്ങളുടെ പോരിന്റെ ആയുധങ്ങളോ ജഡീകങ്ങൾ അല്ല, കോട്ടകളെ ഇടിപ്പാൻ ദൈവസന്നിധിയിൽ ശക്തിയുള്ളവ തന്നേ". 2 കൊരി. 10:4

ആത്മാവായ അകത്തെ മനുഷ്യനെ സംരക്ഷിക്കാൻ ആവശ്യമായ ആത്മീയ ആയുധങ്ങൾ ദൈവം നമുക്കു നൽകിയിട്ടുണ്ട്.

പ്രധാനമായും രണ്ടുവിധ യുദ്ധതന്ത്രങ്ങളാണുള്ളത്.

1) സ്വയസംരക്ഷണം.

2) ശത്രുവിനെ ആക്രമിച്ചു തോല്പിക്കുക.

സ്വയം സംരക്ഷിക്കാനുള്ള പ്രതിരോധ ആയുധങ്ങളും (Defensiveweapons)ശത്രുവിനെ തോല്പിക്കാനുള്ള ആക്രമണ ആയുധങ്ങളും(Offensive weapons) ദൈവം നമുക്കു നൽകിയിരിക്കുന്നു. അത് നാം മനസ്സിലാക്കി ഉപയോഗിക്കണം.

1) സ്വയസംരക്ഷണം: അകത്തെ മനുഷ്യന് മുറിവേൽക്കാതെ സ്വയം സംരക്ഷിക്കാനുള്ള ആയുധങ്ങളാണ് പ്രതിരോധ ആയുധങ്ങൾ. അതാണ് ദൈവത്തിന്റെ സർവ്വായുധവർഗ്ഗം എന്ന് എഫെസ്യർ 6 ന്റെ 13 മുതൽ 18 വരെയുള്ള വാക്യങ്ങളിൽ രേഖപ്പെടുത്തിയിരിക്കുന്നത്. അത് ഏതൊക്കെയാണെന്നു നോക്കാം.

പ്രതിരോധ ആയുധങ്ങൾ

a) അരയ്ക്കു സത്യം

b) നീതി എന്ന കവചം

c) സമാധാന സുവിശേഷത്തിനായുള്ള ഒരുക്കം കാലിന് ചെരിപ്പ്

d) വിശ്വാസം എന്ന പരിച

e) രക്ഷ എന്ന ശിരസ്ത്രം

f) ദൈവവചനം എന്ന ആത്മാവിന്റെ വാൾ

g) ആത്മാവിലുള്ള പ്രാർത്ഥന

*2) ശത്രുവിനെ ആക്രമിച്ചു തോല്പിക്കുക :*അകത്തെ മനുഷ്യന്റെ ശത്രുക്കളെ തോല്പിക്കാനുപയോഗിക്കുന്ന ആയുധങ്ങളാണ് ആക്രമണ ആയുധങ്ങൾ. അത് ഏതൊക്കെയാണെന്നു നോക്കാം.

ആക്രമണ ആയുധങ്ങൾ

a) ദൈവവചനം : അധികാരത്തോടെ, അഭിഷേകത്തോടെ, ദൈവവചനം പറയുമ്പോൾ അത് ശത്രുവിനെ ആക്രമിക്കുന്ന

വാളായി, ചുറ്റികയായി, തീയായി വെളിപ്പെടും.

" ദൈവവചനം വാളാണ്." (എബ്രാ. 4:12, വെളി. 1:16, എഫെ. 6:17).

" ദൈവവചനം ചുറ്റികയാണ് ".(യിര. 23:29)

"ദൈവവചനം തീയാണ് ".(യിര. 5:14)

b) മനുഷ്യരുടെ വചനം : ദൈവമക്കൾ അധികാരത്തോടും അഭിഷേകത്തോടും പറയുന്ന വാക്കുകൾ വാളുപോലെയും ക്ഷൗരക്കത്തിപോലെയും ആണ്. മരണവും ജീവനും മനുഷ്യന്റെ നാവിന്റെ അധികാരത്തിൽ ഇരിക്കുന്നു. (സദൃ.18:21)അതുകൊണ്ടു നാം ജയാളികളെപ്പോലെ, ക്രിയാത്മകമായി എപ്പോഴും സംസാരിക്കണം. സാഹചര്യം എത്ര പ്രതികൂലമാണെങ്കിലും പരാജയം പറയാതെ ജയം മാത്രം പറയണം. അങ്ങനെ നമുക്കു നമ്മുടെ എതിരാളിയായ സാത്താനെ ജയിക്കാൻ സാധിക്കും.

"ഞങ്ങളുടെ നാവുകൊണ്ടു ഞങ്ങൾ ജയിക്കും". സങ്കീ. 12:4

c) യേശുവിന്റെ നാമം : സാത്താനെ ആക്രമിക്കാനുള്ള മറ്റൊരു ആയുധമാണ് യേശുവിന്റെ നാമം. ആ നാമം നമ്മുടെ ബലമുള്ള ഗോപുരമാണ് (സദൃ. 18:10). യേശുവിന്റെ നാമത്തിൽ ഭൂതങ്ങൾ പുറത്താകും. അത്ഭുതങ്ങളും, അടയാളങ്ങളും നടക്കും. (മർക്കൊ. 16:17) യേശുവിന്റെ നാമത്തിങ്കൽ സ്വർല്ലോകരുടെയും ഭൂലോകരുടെയും അധോലോകരുടെയും മുഴങ്കാൽ ഒക്കെയും മടങ്ങും. (ഫിലി. 2:10)വാക്കിനാലോ ക്രിയയാലോ എന്തു ചെയ്താലും സകലവും കർത്താവായ യേശുവിന്റെ നാമത്തിൽ ചെയ്യണം. (കൊലൊ. 3:17).

ആകയാൽ എപ്പോഴും എവിടെയും യേശുവിന്റെ നാമം മാത്രം പറയുക. അപ്പോൾ പാതാളം വിറയ്ക്കും. സാത്താൻ ഓടും. കാരണം, യേശു സാത്താന്റെ തലയെ കാൽവറിയിൽ തകർത്ത് അവന്റെ ആയുധവർഗ്ഗം വയ്പ്പിച്ചു ക്രൂശിൽ

അവരുടെമേൽ ജയോത്സവം കൊണ്ടാടി, അവരെ പരസ്യമായ കാഴ്ചയാക്കി (കൊലൊ. 2:15). ആകയാൽ യേശുവിന്റെ നാമം നമുക്കെപ്പോഴും സകലത്തിലും ജയം തരുന്ന ആയുധമാണ്. അത് നാം ഉപയോഗിക്കണം. ഉറക്കെ പ്രഖ്യാപിക്കണം.

d) യേശുവിന്റെ രക്തം : യേശുവിന്റെ രക്തം ഹേതുവായി അപവാദിയായ സാത്താനെ ജയിക്കാൻ സാധിക്കുമെന്നു വെളിപ്പാട് 12:11ൽ കാണുന്നു. ആകയാൽ നാം പ്രാർത്ഥിക്കുമ്പോൾ സാത്താനെ ഓടിക്കാൻ ശക്തിയുള്ള യേശുവിന്റെ രക്തം പറഞ്ഞ് പ്രാർത്ഥിക്കണം.

e) സാക്ഷ്യം : സാത്താനോട് യുദ്ധം ചെയ്യുമ്പോൾ നമ്മുടെ ജീവിതമാകുന്ന സാക്ഷ്യത്തിന് വളരെ പ്രാധാന്യമുണ്ട് (വെളി. 12:11) വിശുദ്ധ ജീവിതം നയിക്കുന്ന ഒരു വ്യക്തിയുടെ മുന്നിൽ സാത്താൻ നിവർന്നു നില്ക്കുകയില്ല. എന്നാൽ വിശുദ്ധ ജീവിതം നയിക്കാത്ത ഒരു വ്യക്തി ശാസിച്ചാൽ സാത്താൻ വിട്ടു പോകണമെന്നില്ല (അപ്പൊ. 19:13-16)

f) സ്തുതി : ദൈവത്തിന്റെ സാന്നിദ്ധ്യം ഭൂമിയിലേക്കു കൊണ്ടു വരുന്നതാണ് സ്തുതി. ഇത് പ്രധാനപ്പെട്ടതും ശക്തിയേറിയതുമായ ഒരാക്രമണ ആയുധമാണ്.സ്തുതിക്കുന്നത് പരാജയമല്ല. സകല പ്രശ്നങ്ങളെയും പ്രതികൂലങ്ങളെയും തകർക്കാൻ സ്തുതിക്ക് ശക്തിയുണ്ട്. അതിനുഭാഹരണമാണ് ദാവീദ് രാജാവ്. നാം സ്തുതിക്കുമ്പോൾ ദൈവം ഒരു വീരനെപ്പോലെ ഇറങ്ങി വരികയും തന്റെ വീര്യപ്രവൃത്തി വെളിപ്പെടുത്തുകയും ചെയ്യും. ആകയാൽ എല്ലാകാലത്തും എപ്പോഴും സ്തുതിക്കുന്ന വ്യക്തി സാത്താനെ പരാജയപ്പെടുത്തി എന്നും എപ്പോഴും ജയാളിയായി മുന്നേറിക്കൊണ്ടിരിക്കും.

g) ഉപവാസവും പ്രാർത്ഥനയും : സാത്താനെ പരാജയപ്പെടുത്താനുള്ള മറ്റൊരു പ്രധാന ആയുധമാണ് ഉപവാസവും പ്രാർത്ഥനയും. ഒരു സാധാരണ പ്രാർത്ഥനയിൽ

വിടുതൽ ലഭിച്ചില്ലായെങ്കിൽ ഉപവസിച്ചു പ്രാർത്ഥിക്കണമെന്നു കർത്താവായ യേശുക്രിസ്തു തന്നെ പറഞ്ഞിട്ടുണ്ട്. (മത്താ. 17:21). ഉപവാസ പ്രാർത്ഥനയിൽ അന്യായ ബന്ധനങ്ങൾ അഴിയും. നുകത്തിന്റെ അമിക്കയറുകൾ അഴിയും. പീഡിതർ സ്വതന്ത്രരാകും. എല്ലാനുകങ്ങളും തകരും (യെശ. 58:6). ആകയാൽ പരിശുദ്ധാത്മാവ് നിയോഗം തരുമ്പോഴൊക്കെ നാം ഉപവസിച്ചു പ്രാർത്ഥിക്കണം.

ദൈവമഹത്വം പുറത്തു വരണമെങ്കിൽ അകത്തെ മനുഷ്യൻ സംരക്ഷിക്കപ്പെട്ടാൽ മാത്രം പോരാ, അതിനെ വളർത്തുകയും വേണം.

6

അകത്തെ മനുഷ്യനെ വളർത്തുക

ഒരമ്മ തന്റെ നവജാത ശിശുവിന് വളരാനുള്ള എല്ലാസാഹചര്യങ്ങളും ഒരുക്കി കൊടുത്ത് വളർത്തുന്നതുപോലെ, അകത്തെ മനുഷ്യനായ ക്രിസ്തുവിന് വളരാൻ ആവശ്യമായ സാഹചര്യങ്ങൾ നാം ഒരുക്കികൊടുത്ത് വളർത്തണം. (എഫെ. 3:16, 2കൊരി. 4:16) ഒരു നവജാത ശിശുവിന് വളരാൻ എന്തെല്ലാം ആവശ്യമുണ്ടോ, അതെല്ലാം തന്നെ അകത്തെ മനുഷ്യനായ ക്രിസ്തുവിനും ആവശ്യമുണ്ട്. അത് എന്തൊക്കെയാണെന്നു നോക്കാം.

1. ഓക്സിജൻ :

ഒരു കുഞ്ഞ് ഈ ലോകത്തിലേക്കു പിറന്നു വീണാൽ ഏറ്റവും അത്യാവശ്യമായിരിക്കുന്നത് ഓക്സിജനാണ്. കുഞ്ഞ് ജനിച്ച് 10 സെക്കന്റിനകം ആദ്യത്തെ ശ്വാസം എടുത്തിരിക്കണം. അതാണ് ആദ്യത്തെ കരച്ചിൽ. അതുകൊണ്ടാണ് ജനിച്ചയുടനെ കുഞ്ഞ് കരഞ്ഞില്ലായെങ്കിൽ പുറത്തടിച്ച് കരയിക്കുന്നത്. ഓക്സിജൻ ഇല്ലാതെ ഒരു കുഞ്ഞും ജീവിക്കത്തില്ലായെന്നു നമുക്കെല്ലാവർക്കും അറിയാമല്ലോ?

അകത്തെ മനുഷ്യന്റെ ഓക്സിജനാണ് പ്രാർത്ഥന.

പ്രാർത്ഥനയില്ലാതെ അകത്തെ മനുഷ്യന്റെ ജീവൻ നിലനിൽക്കുകയയില്ല. അതുകൊണ്ടാണ് പ്രാർത്ഥനയെ അകത്തെ മനുഷ്യന്റെ ശ്വാസം എന്നു പറയുന്നത്. നിരന്തരം ശ്വാസം എടുക്കുന്നതുപോലെ ഇടവിടാതെ പ്രാർത്ഥിക്കണമെന്നു തിരുവചനം അനുശാസിക്കുന്നു.

"ഇടവിടാതെ പ്രാർത്ഥിപ്പിൻ". 1 തെസ്സ. 5:17

"പ്രാർത്ഥനയിൽ ഉറ്റിരിക്കുവിൻ". കൊലൊ. 4:2

".....ഏതു നേരത്തും ആത്മാവിൽ പ്രാർത്ഥിക്കണം." എഫെ. 6:18

"മടുത്തുപോകാതെഎപ്പോഴുംപ്രാർത്ഥിക്കണം."ലൂക്കൊ.18:1

"സദാകാലവുംഉണർന്നുംപ്രാർത്ഥിച്ചുംകൊണ്ടിരിപ്പൻ."ലൂക്കൊ. 21:36

തലച്ചോറിലെ കോശങ്ങൾക്കു മൂന്നു മിനിട്ടിൽ കൂടുതൽ ഓക്സിജൻ കിട്ടാതിരുന്നാൽ അവ മരിക്കും (നശിക്കും). അകത്തെ മനുഷ്യന്റെ അവസ്ഥയും അതുതന്നെയാണ്. ആകയാൽ അകത്തെ മനുഷ്യന്റെ ജീവൻ നിലനിർത്താൻ എപ്പോഴും പ്രാർത്ഥിക്കണം. ഒരു കുഞ്ഞിനെ ഓക്സിജൻ നിറച്ച മുറിയിൽ കിടത്തിയാലും സ്വന്തമായി ശ്വാസം എടുത്തില്ലായെങ്കിൽ കുഞ്ഞ് മരിച്ചുപോകും. ആയതുപോലെ വീണ്ടും ജനിച്ച വ്യക്തിയുടെ അകത്തെ മനുഷ്യന്റെ ജീവൻ നിലനിൽക്കണമെങ്കിൽ സ്വന്തമായി പ്രാർത്ഥിക്കണം. എത്ര നന്നായി പ്രാർത്ഥിക്കുന്ന മാതാപിതാക്കൾ ഉണ്ടെങ്കിലും, എത്ര നല്ല പ്രാർത്ഥനയുള്ള സഭയിലും, പ്രാർത്ഥനാ കൂട്ടായ്മകളിലും കടന്നുപോയാലും, എത്ര നന്നായി പ്രാർത്ഥിക്കുന്ന പാസ്റ്റർ ഉണ്ടെങ്കിലും വ്യക്തിപരമായ പ്രാർത്ഥനയാണ് ഒരു വ്യക്തിയുടെ ആത്മീയ വളർച്ചയ്ക്ക് കാരണമായി തീരുന്നത്. പ്രത്യേകിച്ച് അന്യഭാഷയിലുള്ള പ്രാർത്ഥന അകത്തെ മനുഷ്യനെ വളർത്തുന്നു.

"പ്രിയമുള്ളവരേ നിങ്ങളുടെ അതിവിശുദ്ധ വിശ്വാസത്തെ

ആധാരമാക്കി നിങ്ങൾക്കു തന്നെ ആത്മീകവർദ്ധന വരുത്തിയും പരിശുദ്ധാത്മാവിൽ പ്രാർത്ഥിച്ചും" യൂദ. 20
"അന്യഭാഷയിൽ സംസാരിക്കുന്നവൻ തനിക്കുതാൻ ആത്മീക വർദ്ധന വരുത്തുന്നു".1കൊരി. 14:4
ഒരു കുഞ്ഞ് ജനിച്ചാൽ ശ്വാസം എടുത്തുകഴിഞ്ഞാൽ ഉടനെ ആവശ്യമായിരിക്കുന്നത് അമ്മയുടെ പാലാണ്.

<u>2.പാൽ:</u>

മായമില്ലാത്ത പാലാണ് മുലപ്പാൽ എന്നു ശാസ്ത്രം അവകാശപ്പെടുന്നു. ദൈവവചനമാണ് അകത്തെ മനുഷ്യന്റെ പാൽ. ഒരു നവജാതശിശുവിന്റെ വളർച്ചയ്ക്കു മുലപ്പാൽ എത്രമാത്രം പ്രാധാന്യം അർഹിക്കുന്നുവോ, അത്രമാത്രം പ്രാധാന്യം ആത്മീയ മനുഷ്യന്റെ വളർച്ചയ്ക്ക് ദൈവ വചനമെന്ന മായമില്ലാത്ത പാലിനുണ്ട്.

"ഇപ്പോൾ ജനിച്ച ശിശുക്കളെപ്പോലെ രക്ഷയ്ക്കായി വളരുവാൻ വചനം എന്ന മായമില്ലാത്ത പാൽ കുടിപ്പാൻ വാഞ്ചിപ്പിൻ" 1 പത്രൊ. 2:2

പാൽ ഒരു സമ്പൂർണ്ണ ആഹാരമാണ്. അതായത് കുഞ്ഞിനാവശ്യമായ എല്ലാ പോഷകങ്ങളും അതിൽ അടങ്ങിയിട്ടുണ്ട്. ദൈവവചനത്തിലും ഒരു വ്യക്തിയുടെ ആത്മീയ വളർച്ചയ്ക്കാവശ്യമായ എല്ലാ ഘടകങ്ങളും അടങ്ങിയിട്ടുണ്ട്.അതുകൊണ്ടാണ് ദൈവവചനത്തെ പാലിനോടുപമിച്ചിരിക്കുന്നത്. എന്നാൽ അത് കുടിക്കേണ്ടത് ഇപ്പോൾ ജനിച്ച ശിശുവിനെപ്പോലെയായിരിക്കണം. ഇപ്പോൾ ജനിച്ച കുഞ്ഞ് നിഷ്കളങ്കനാണ്. എന്നാൽ മുതിർന്നവരായ നാം എങ്ങനെയാണ് ഇപ്പോൾ ജനിച്ച ശിശുവിനെപ്പോലെ ആകുന്നത്? എന്ന ചോദ്യത്തിന്റെ ഉത്തരം ആ വാക്യത്തിൽ തന്നെയുണ്ട്. അവിടെ എഴുതിയിരിക്കുന്ന സകല ദുഷ്ടതയും എല്ലാ ചതിവും വ്യാജഭാവവും അസൂയയും എല്ലാ നുണയും മാറ്റുമ്പോൾ ശിശുക്കൾ(തിൻമയ്ക്കു ശിശുക്കൾ)

ആയിത്തീരും.അതിനുശേഷം വചനമെന്ന മായമില്ലാത്ത പാൽ കുടിക്കണം. അല്ലായെങ്കിൽ എത്ര വചനം കേട്ടാലും പഠിച്ചാലും പ്രവചനം കേട്ടാലും ആത്മീയ വളർച്ച ഉണ്ടാകുകയില്ല.

എത്ര ആഹാരം കഴിച്ചാലും പാൽ കുടിച്ചാലും ശാരീരിക വളർച്ചയില്ലാത്ത കുഞ്ഞുങ്ങളെ ശ്രദ്ധിച്ചിട്ടുണ്ടോ? അങ്ങനെയുള്ളവരെ ഒരു ശിശുരോഗ വിദഗ്ധന്റെ അടുത്തു കൊണ്ടു ചെന്നാൽ അവർ ആദ്യം വിരയ്ക്കു മരുന്നുകൊടുക്കും. അതിനുശേഷമേ ചികിത്സ തുടങ്ങുകയുള്ളൂ. ആയതുപോലെ അകത്തെ മനുഷ്യന്റെ വളർച്ചയെ തടയുന്നതെല്ലാം മാറ്റിയതിനുശേഷം വചനമെന്ന മായമില്ലാത്ത പാൽ കുടിച്ചാൽ മാത്രമേ അകത്തെ മനുഷ്യൻ വളരുകയുള്ളൂ.

മുലപ്പാൽ മാത്രം കുടിച്ച് ഒരു കുഞ്ഞിനും മുതിർന്ന പൗരനായി വളരാൻ സാദ്ധ്യമല്ല. പാൽ കുടിച്ചു വളർന്നവർ തുടർന്നു ആഹാരവും കട്ടിയായുള്ള ആഹാരവും കഴിക്കണം. എന്നാൽ ദഹനേന്ദ്രിയവ്യൂഹം ശരിയായി വളർന്നിട്ടില്ലാത്ത കുഞ്ഞുങ്ങൾക്കു പ്രായം കൂടിയാലും ആഹാരം കഴിക്കാൻ സാധിക്കുകയില്ല. അതവർക്കു ദഹിക്കുകയില്ല. ആയതുപോലെ വചനത്തിന്റെ അടിസ്ഥാന ഉപദേശങ്ങളാകുന്ന പാൽ മാത്രം കുടിച്ച് ആർക്കും ആത്മീയ പക്വതയിലെത്താൻ സാദ്ധ്യമല്ല. അവർ ആത്മീയ ശിശുവായി തന്നെ തുടരും. അവർക്കു നീതിയുടെ വചനത്തിൽ പരിചയമില്ല. (എബ്രാ. 5:13) അപ്രകാരമുള്ള ശിശുക്കൾക്കു ആഹാരം കൊടുത്താൽ ദഹിക്കുകയില്ല. അതുകൊണ്ടു പാൽ മാത്രമേ കൊടുക്കാനും സാധിക്കുകയുള്ളൂ.

"കട്ടിയായുള്ള ആഹാരമല്ല, പാലത്രേ നിങ്ങൾക്കു ആവശ്യമെന്നു വന്നിരിക്കുന്നു". എബ്രാ. 5:12. അവരെക്കുറിച്ച് പിന്നെയും പരിശുദ്ധാത്മാവ് പറയുന്നത്

"കാലം നോക്കിയാൽ ഇപ്പോൾ ഉപദേഷ്ടാക്കൊര്‍ ആയിരിക്കേണ്ടുന്ന നിങ്ങൾക്കു ദൈവത്തിന്റെ അരുളപ്പാടുകളുടെ ആദ്യപാഠങ്ങളെത്തന്നെ വീണ്ടും ഉപദേശിച്ചു തരുവാൻ ആവശ്യമായിരിക്കുന്നു". (എബ്രാ. 5;12)എന്നാണ്. അപ്പൊസ്തലനായ പൗലൊസ് കൊരിന്ത്യയിലെ വിശ്വാസികളെക്കുറിച്ചു പറയുന്നത് അവർക്കു ഭക്ഷിക്കുവാൻ കഴിവായിട്ടില്ല എന്നാണ്.

"ഭക്ഷണമല്ല, പാൽ അത്രേ ഞാൻ നിങ്ങൾക്കു തന്നത്, ഭക്ഷിക്കുവാൻ നിങ്ങൾക്കു കഴിവില്ലായിരുന്നു. ഇപ്പോഴും കഴിവായിട്ടില്ല". 1 കൊരി. 3:2

ആകയാൽ വചനമെന്ന മായമില്ലാത്ത പാൽ കുടിച്ച് വളർന്നവർ തുടർന്നു ആഹാരവും കട്ടിയായുള്ള ആഹാരവും കഴിക്കണം. അപ്രകാരമുള്ളവരുടെ അകത്തെ മനുഷ്യനാകുന്ന ദൈവമഹത്വം വളർന്ന് പുറത്തെ മനുഷ്യനെ പൊളിച്ച് പുറത്തുവരും. ആ ദൈവമഹത്വമാണ് ഉണർവ്വുകൊണ്ടുവരുന്നത്. ആകയാൽ തുടർന്നു നമുക്കു അകത്തെ മനുഷ്യന്റെ ആഹാരം (ഭക്ഷണം) എന്തൊക്കെയാണെന്നു നോക്കാം.

3) ആഹാരം:

അകത്തെ മനുഷ്യന്റെ വളർച്ചയ്ക്ക് പ്രധാനമായും അഞ്ചു വിധ ആഹാരങ്ങൾ (ഭക്ഷണങ്ങൾ) ആവശ്യമുള്ളതായി തിരുവചനത്തിൽ കാണുന്നു.

a) അപ്പം.

b) ജീവന്റെ അപ്പം (തിരുവത്താഴം).

c)കട്ടിയായ ആഹാരം(Strong meat).

d)ദൈവയിഷ്ടവും ദൈവപ്രവൃത്തിയും.

e) വെല്ലുവിളികൾ.

a) അപ്പം:അകത്തെ മനുഷ്യന്റെ ഒന്നാമത്തെ ആഹാരമാണ് ദൈവവചനം. ഏതു മനുഷ്യനെയും

ക്രിസ്തുവിൽ തികഞ്ഞവൻ ആക്കേണ്ടതിന് വചനം എന്ന പാൽ മാത്രം പോരാ, അപ്പവും ആവശ്യമുണ്ട്. ഇപ്പോൾ ജനിച്ചവർക്കു ദൈവവചനത്തിന്റെ ആദ്യപാഠങ്ങളായ പാൽ മാത്രം മതി. പാൽ കുടിച്ച് വളർന്നവർക്കാണ് വചനമാകുന്ന അപ്പം ആവശ്യമുള്ളത്. അതാണ് ദൈവീക കല്പനകളും ഉപദേശങ്ങളും. അത് നാം കണ്ടെത്തി ഭക്ഷിക്കണം. എന്നാലേ അകത്തെ മനുഷ്യൻ വളരുകയുള്ളൂ.

"ഞാൻ നിന്റെ വചനങ്ങളെ കണ്ടെത്തി ഭക്ഷിച്ചിരിക്കുന്നു" യിര. 15:16.

"അവന്റെ വായിലെ വചനങ്ങളെ എന്റെ ആഹാരത്തേക്കാൾ സൂക്ഷിച്ചിരിക്കുന്നു". ഇയ്യോ. 23:12

"മനുഷ്യൻ അപ്പം കൊണ്ടു മാത്രമല്ല, യഹോവയുടെ വായിൽ നിന്നു പുറപ്പെടുന്ന സകല വചനം കൊണ്ടും ജീവിക്കുന്നു". ആവ 8:3, മത്താ. 4:4

"ദൈവവചനം തേനിലും തേൻകട്ടയിലും മധുരമുള്ളവ" സങ്കീ. 19:10, സങ്കീ. 119:103 ". . . . വചനങ്ങൾ ആത്മാവും ജീവനും ആകുന്നു". യോഹ. 6:63.

യേശുവാണ് ദൈവവചനം. ആകയാൽ ദൈവവചനം ഭക്ഷിക്കുക എന്നാൽ യേശുവിനെ ഭക്ഷിക്കുക എന്ന അർത്ഥവുമുണ്ട്.

<u>b) ജീവന്റെ അപ്പം (തിരുവത്താഴം)</u> :അകത്തെ മനുഷ്യന്റെ രണ്ടാമത്തെ ആഹാരം ജീവന്റെ അപ്പമായ യേശുവായ തിരുവത്താഴമാണ്.സ്വർഗ്ഗത്തിൽ നിന്നിറങ്ങിയ ജീവനുള്ള അപ്പമാണ് ഞാനെന്ന് യേശു പറഞ്ഞു. (യോഹ. 6:51)

"ഞാൻ ജീവന്റെ അപ്പം ആകുന്നു". യോഹ. 6:35, 48, 58.

"എന്നെ തിന്നുന്നവൻ എൻമൂലം ജീവിക്കും" യോഹ. 6:57.

"രാത്രിയിൽ അവൻ അപ്പം എടുത്ത് സ്തോത്രം ചൊല്ലി നുറുക്കി ഇതു നിങ്ങൾക്കു വേണ്ടിയുള്ള എന്റെ ശരീരം" 1കൊരി. 11;24, 1 കൊരി. 11:25, യോഹ. 6:51.

യേശുവിനെ ഭക്ഷിക്കുകയെന്നാൽ, കർത്തൃമേശയിൽ പങ്കാളികളാകുകയെന്നർത്ഥം.

c) കട്ടിയായ ആഹാരം (Strong meat) :അകത്തെ മനുഷ്യൻ വളർന്നു ക്രിസ്തുവിൽ തികഞ്ഞവൻ ആകേണ്ടതിനു ആവശ്യമായ നാലാമത്തെ ആഹാരമാണ് **കട്ടിയായ ആഹാരമായ** പ്രബോധനം ഉപദേശം, ശാസന എന്നിവ.

"ഏതു മനുഷ്യനെയും ക്രിസ്തുവിൽ തികഞ്ഞവനായി നിറുത്തേണ്ടതിനു ഏതു മനുഷ്യനെയും പ്രബോധിപ്പിക്കുകയും ഏതു മനുഷ്യനോടും സകല ജ്ഞാനത്തോടും കൂടെ ഉപദേശിക്കയും ചെയ്യുന്നു". കൊലൊ. 1:28.

"ദൈവത്തിന്റെ മനുഷ്യൻ സകല സൽപ്രവൃത്തിയ്ക്കും പക പ്രാപിച്ചു തികഞ്ഞവൻ ആകേണ്ടതിനു ഉപദേശത്തിനും ശാസനത്തിനും ഗുണീകരണത്തിനും നീതിയിലെ ആഭ്യാസനത്തിനും പ്രയോജനമുള്ളത് ആകുന്നു". 2 തിമ. 3:15-17

d)ദൈവയിഷ്ടവും ദൈവപ്രവൃത്തിയും :അകത്തെ മനുഷ്യന്റെ വളർച്ചയ്ക്കുള്ള മൂന്നാമത്തെ ആഹാരമാണ് ദൈവയിഷ്ടവും ദൈവപ്രവൃത്തിയും. അതായത് സ്വയ ഇഷ്ടങ്ങൾ മാറ്റിവച്ച് ദൈവയിഷ്ടം ചെയ്യുന്നവരുടെയും, ദൈവം ഏല്പിച്ച പ്രവൃത്തി വിശ്വസ്തതയോടു ചെയ്യുന്നവരുടെയും അകത്തെ മനുഷ്യൻ വളർന്നുകൊണ്ടേയിരിക്കും. നമ്മുടെ തലയായ കർത്താവായ യേശുക്രിസ്തുവിന്റെ ആഹാരം ദൈവയിഷ്ടവും ദൈവപ്രവൃത്തിയും തികെയ്ക്കുക എന്നതായിരുന്നു. ആകയാൽ യേശുവിന്റെ ശരീരവും സഭയുമാകുന്ന നമ്മുടെ ആഹാരവും, ദൈവയിഷ്ടവും ദൈവപ്രവൃത്തിയും ആയിരിക്കണം. തലയ്ക്കും ശരീരത്തിനും വെവ്വേറെ ആഹാരം കഴിക്കാൻ സാദ്ധ്യമല്ലല്ലോ.

"യേശു അവരോട് പറഞ്ഞത് എന്നെ അയച്ചവന്റെ ഇഷ്ടം ചെയ്ത് അവന്റെ പ്രവൃത്തി തികെയ്ക്കുന്നതു തന്നെ എന്റെ ആഹാരം." യോഹ. 4:34

"എന്റെ ദൈവമേ നിന്റെ ഇഷ്ടം ചെയ്യുവാൻ ഞാൻ പ്രിയപ്പെടുന്നു." സങ്കീ. 40:8. "ദൈവമേ നിന്റെ ഇഷ്ടം ചെയ്യുവാൻ ഞാൻ വരുന്നു." എബ്രാ. 10:7.

ചുരുക്കിപ്പറഞ്ഞാൽ പ്രബോധനം, ഉപദേശം, ശാസന തുടങ്ങിയവ അംഗീകരി ക്കുന്നവർ ആത്മീയമായി വളർന്നുകൊണ്ടേയിരിക്കും.പ്രബോധനവും ഉപദേശവും ശാസനയും ഇഷ്ടപ്പെടാത്തവരുടെ അകത്തെ മനുഷ്യൻ വളരാതെ ശിശുവായിത്തന്നെ തുടരും. അതുകൊണ്ടാണു ഇന്നു സഭയിൽ ആത്മീയ ശിശുക്കളുടെ എണ്ണം വർദ്ധിച്ചുകൊണ്ടിരിക്കുന്നത്.

e) വെല്ലുവിളികൾ :അകത്തെ മനുഷ്യനെ വളർത്തുന്നതിൽ ശത്രുക്കൾക്കും പ്രശ്നങ്ങൾക്കും വെല്ലുവിളികൾക്കും വലിയൊരു പങ്കുണ്ട്. അതുകൊണ്ടാണു വെല്ലുവിളികളെ അകത്തെ മനുഷ്യന്റെ വളർച്ചയുടെ അഞ്ചാമത്തെആഹാരമായി രേഖപ്പെടുത്തിയിരിക്കുന്നത്.

"യഹോവയോടു നിങ്ങൾ മത്സരിക്കമാത്രം അരുത്. ആ ദേശത്തിലെ ജനത്തെ ഭയപ്പെടരുത്. അവർ നമുക്ക് ഇര(Bread)ആകുന്നു" സംഖ്യ. 14:9

ഇന്നു ആത്മാവിൽ വളർന്ന ആരെയെങ്കിലും നിങ്ങൾ കാണുന്നുണ്ടെങ്കിൽ മനസ്സിലാക്കുക, അവരുടെ പ്രശ്നങ്ങളും അവർക്കു നേരെയുള്ള സാത്താന്റെയും മനുഷ്യരുടെയും വെല്ലുവിളികളുമാണ് അവരെ ആത്മീയത്തിൽ വളർത്തിയത്. ഉദാഹരണം: യോസഫ്, ദാനിയേൽ. ശദ്രക്, മേശക്, അബേദ്നെഹോ, യേശു തുടങ്ങിയവർ. അകത്തെ മനുഷ്യൻ വളർന്നാൽ മാത്രം പോരാ, കർത്താവിനോടുകൂടെ തേജസ്ക്കരിക്കപ്പെടേണ്ടതിനു അവനോടുകൂടെ

കഷ്ടമനുഭവിക്കുകയും വേണം.റോമ.8:17.

3)വെള്ളം :

പുറത്തെ മനുഷ്യന്റെ വളർച്ചയ്ക്കു വെള്ളം അത്യാവശ്യമായതുപോലെ അകത്തെ മനുഷ്യന്റെ വളർച്ചയ്ക്കു പരിശുദ്ധാത്മാവെന്ന ജീവജലം (ആത്മീയജലം) അത്യാവശ്യമാണ്. ദൈവവചനപ്രകാരം പരിശുദ്ധാത്മാവിന് പ്രധാനമായും 4 അളവുകളുണ്ട്.

   a) ആത്മജനനം

   b) ആത്മസ്നാനം

   c) ആത്മാഭിഷേകം

   d) ആത്മനിറവ്

   a) ആത്മജനനം: ദൈവവചനമാകുന്ന വിത്തും പരിശുദ്ധാത്മാവാകുന്ന ജീവജലവും ചേരുമ്പോഴാണ് അകത്തെ മനുഷ്യനായ ആത്മാവ് ജീവൻ പ്രാപിക്കുന്നത്. അതാണ് ആത്മജനനം അഥവാ വീണ്ടും ജനനം. സ്വർഗ്ഗരാജ്യത്തിൽ പ്രവേശിക്കാൻ ആത്മജനനം അത്യാവശ്യമാണ്. യോഹ. 3:3, യോഹ. 3:5.2)

   b) ആത്മസ്നാനം :ആത്മാവിൽ ജനിച്ച ഒരു വ്യക്തിക്ക് അടുത്തതായി ആവശ്യമായിരിക്കുന്നത് ആത്മസ്നാനമാണ്. ആത്മസ്നാനത്തിലാണ് ശക്തി ലഭിക്കുന്നത് (ധരിക്കുന്നത്) (ലൂക്കൊ. 24:49). ഇതു ഒരിക്കലായി സംഭവിക്കുന്നതാണ്. ആത്മസ്നാനത്തിന്റെ അടയാളമാണ് അന്യഭാഷ (അപ്പൊ. 2:4). വെള്ളം നമ്മുടെ മേൽ വീഴുമ്പോൾ അത് സ്നാനം (കുളി) ആകുന്നതുപോലെ. പരിശുദ്ധാത്മാവ് നമ്മുടെ മേൽ വരുമ്പോൾ (അപ്പൊ. 1:8) അത് ആത്മസ്നാനം ആകുന്നു.

   c) ആത്മാഭിഷേകം :ആത്മാഭിഷേകം ദൈവീക നിയോഗങ്ങൾ കൊണ്ടു വരുന്നതാണ്. അതായത് പരിശുദ്ധാത്മാഭിഷേകം തന്നാണ് ദൈവം നമ്മെ ശുശ്രൂഷകൾക്കായി നിയോഗിക്കുന്നത്. (1യോഹ. 2:20, 1

യോഹ. 2:27, 2 കൊരി. 2:21) അഭിഷേകവും പുറമെയുള്ളതാണ്. വസ്ത്രം ധരിക്കുന്നതുപോലെ പുറത്ത് ശക്തി ധരിക്കുന്നതാണ് അഭിഷേകം. പഴയ നിയമത്തിൽ പുരോഹിതൻമാരെയും പ്രവാചകൻമാരെയും രാജാക്കൻമാരെയും അഭിഷേകതൈലം തലയിലൊഴിച്ച് അഭിഷേകം ചെയ്തതായി തിരുവചനത്തിൽ രേഖപ്പെടുത്തിയിരിക്കുന്നു. അത് ശരീരത്തിനു പുറത്തുകൂടിയാണ് ഒഴുകിയത്. പരിശുദ്ധാത്മാഭിഷേകത്തിനായി ദൈവസന്നിധിയിൽ കാത്തിരുന്നു പ്രാർത്ഥിക്കണം (ലൂക്കൊ. 24:49).

<u>d) ആത്മനിറവ്</u> :ക്രിസ്തുവിന്റെ മണവാട്ടിയാകാൻ ആത്മാഭിഷേകം മാത്രം പോരാ. പരിശുദ്ധാത്മാവിന്റെ നിറവും അത്യാവശ്യമാണ്. അഭിഷേകം ഉള്ളവർക്ക് ശുശ്രൂഷ ചെയ്യാൻ സാധിക്കും. എന്നാൽ ക്രിസ്തുവിന്റെ മണവാട്ടിയാകാൻ സാദ്ധ്യമല്ല. അതിന് തെളിവാണ് മത്താ. 7:22, 23 "കർത്താവേ, കർത്താവേ നിന്റെ നാമത്തിൽ ഞങ്ങൾ പ്രവചിക്കയും നിന്റെ നാമത്തിൽ ഭൂതങ്ങളെ പുറത്താക്കുകയും നിന്റെ നാമത്തിൽ വളരെ വീര്യപ്രവൃത്തികൾ പ്രവർത്തിക്കുകയും ചെയ്തില്ലയോ എന്നു പലരും ആ നാളിൽ എന്നോടു പറയും. അന്നു ഞാൻ അവരോട് ഞാൻ ഒരു നാളും നിങ്ങളെ അറിഞ്ഞിട്ടില്ല. അധർമ്മം പ്രവർത്തിക്കുന്നവരേ, എന്നെ വിട്ടുപോകുവിൻ എന്നു തീർത്തു പറയും". മത്താ. 7:22, 23പരിശുദ്ധാത്മാവ് നിറയുന്നത് ഒരുവന്റെ അകത്താണ്. പുറത്തല്ല. പരിശുദ്ധാത്മ നിറവിനെ പരിശുദ്ധാത്മ പകർച്ചയെന്നും പറയുന്നു. ഈ അത്യന്തശക്തി നമ്മുടെ മൺകൂടാരങ്ങളിലാണ് പകർന്നിരിക്കുന്നത്. (2 കൊരി. 4:7) പരിശുദ്ധാത്മാവ് നമ്മിൽ നിലനിൽക്കണമെങ്കിൽ പരിശുദ്ധാത്മാവ് നമ്മിൽ വസിക്കയും നാം പരിശുദ്ധാത്മാവിനെ അനുസരിച്ച് നടക്കയും വേണം. (ഗലാ.

5:16, 25). ആകയാൽ പരിശുദ്ധാത്മാവിനെ നമ്മിൽ നിന്നും അകറ്റുന്ന പാപം, ലൗകീകത്വം, കലഹം (എതിർപ്പ്), നിഗളം എന്നിവ നമ്മിൽ നിന്നും അകറ്റണം.ഒരു വ്യക്തിയെ ശുശ്രൂഷകൾക്കായി നിയോഗിക്കുന്നത് അഭിഷേകവും, ക്രിസ്തുവിന്റെ മണവാട്ടിയാക്കി തീർക്കുന്നത് പരിശുദ്ധാത്മനിറവുമാണ്. അപ്പൊ. പ്രവൃത്തിയിൽ തുടങ്ങിയ ആത്മനിറവ് ഇന്നും തുടർന്നുകൊണ്ടിരിക്കുന്നു.യേശുവിന് പരിശുദ്ധാത്മ സ്നാനവും (മർക്കൊ. 1:10, ലൂക്കൊ. 3:22) പരിശുദ്ധാത്മ നിറവും (ലൂക്കൊ. 4:1) ആവശ്യമായിരുന്നുവെങ്കിൽ അവന്റെ ശിഷ്യരായ നമുക്ക് എത്ര അധികം? നമ്മുടെ അകത്തെ മനുഷ്യനെ വളർത്തുന്നതിനെക്കുറിച്ചാണല്ലോ നാം പഠിച്ചു കൊണ്ടിരിക്കുന്നത്. ദൈവം ഒരു ദൈവപൈതലിന്റെ അകത്തെ മനുഷ്യന്റെ വളർച്ചയെ കുറിച്ചാഗ്രഹിക്കുന്നത് ഒരു സാധാരണ വളർച്ചയല്ല, അസാധാരണ വളർച്ചയാണ്. അതിനു വളർച്ചയുടെ വേഗത വർദ്ധിപ്പിക്കണം. അതെങ്ങനെ സാധിക്കുമെന്ന് തുടർന്നു പഠിക്കാം.

7

വളർച്ചയുടെ വേഗത വർദ്ധിക്കട്ടെ

സത്യവേദപുസ്തകത്തിൽ ഒരു ദൈവ പൈതലിന്റെ അകത്തെ മനുഷ്യനെ ഒരു വൃക്ഷത്തോടുപമിച്ചിരിക്കുന്നു. പ്രധാനമായും രണ്ടു തരത്തിലുള്ള ഫലം പുറപ്പെടുവിക്കുന്ന വൃക്ഷങ്ങളാണ് ഇന്നു ഈ ഭൂമിയിലുള്ളത്.

1) നല്ല ഫലം കായ്ക്കുന്ന നല്ല വൃക്ഷങ്ങൾ. മത്താ. 7:17

2) ആകാത്ത ഫലം കായ്ക്കുന്ന ആകാത്ത വൃക്ഷങ്ങൾ. മത്താ. 7:17

ദൈവം നമ്മെ തെരഞ്ഞെടുത്തത് നല്ല ഫലം കായ്ക്കാനാണ്. (യോഹ. 15:16).

ഒരു വൃക്ഷം വളർന്നു പക്വതയിൽ എത്തിയാൽ മാത്രമേ ഫലം പുറപ്പെടുവിക്കാൻ സാധിക്കുകയയുള്ളൂ.

പ്രകൃതി നിയമപ്രകാരം ഒരു വൃക്ഷം വളർന്നു പക്വതയിൽ എത്താൻ അനേക വർഷങ്ങൾ എടുക്കും. അപ്രകാരമുള്ള വൃക്ഷങ്ങളെ ഒന്നോ രണ്ടോ വർഷങ്ങൾകൊണ്ടു വളരെ പെട്ടെന്നു വളർത്തി പക്വതയിലെത്തിച്ച് വളരെ ഫലം പുറപ്പെടുവിക്കുന്ന രീതിയിൽ ഇന്നു ആധുനിക ശാസ്ത്രം എത്തിക്കഴിഞ്ഞു. അതിലേറ്റവും ഫലവത്തായ ഒരു മാർഗ്ഗമാണ് "ഒട്ടിക്കൽ"/ഒട്ടിച്ചു ചേർക്കൽ(grafting).

തത്ഫലമായി അത് സാധാരണ ഫലം പുറപ്പെടുവിക്കുന്നതിനേക്കാള്‍ വേഗത്തില്‍ അധികം ഫലം പുറപ്പെടുവിക്കും. ഒട്ടുമാവ്, ഒട്ടുപേര തുടങ്ങിയവ അതിനുദാഹരണങ്ങളാണ്.ഒട്ടിക്കലിലൂടെ (grafting) ഒരു വൃക്ഷത്തിന്റെ വളര്‍ച്ചയുടെ വേഗതയെ വര്‍ദ്ധിപ്പിക്കുന്നതുപോലെ അകത്തെ മനുഷ്യന്റെ വളര്‍ച്ചയുടെ വേഗതയും നമുക്കു വര്‍ദ്ധിപ്പിക്കാന്‍ സാധിക്കും. അതിനു താഴെ പറയുന്ന കാര്യങ്ങള്‍ ആവശ്യമെന്ന് 1കൊരി. 14:26, കൊലൊ. 3:16, എഫെ. 5:18, 19, യൂദ. 20 എന്നീ വാക്യങ്ങളില്‍ ആലേഖനം ചെയ്തിരിക്കുന്നു.

(1) സങ്കീര്‍ത്തനങ്ങള്‍

(2) സ്തുതികള്‍

(3) ആത്മീയ ഗീതങ്ങള്‍

(4) നല്ല വാക്കിലുള്ള സംസാരം

(5) ഹൃദയത്തിലെ പാട്ട്

(6) ഉപദേശം

(7) വെളിപ്പാട്

(8) അന്യഭാഷ

(9) വ്യാഖ്യാനം

(10) എല്ലായ്പോഴും പറയുന്ന സ്തോത്രം

(11) ഏല്ലാറ്റിനും വേണ്ടിയുള്ള സ്തോത്രം

(12) പരിശുദ്ധാത്മാവിലുള്ള പ്രാര്‍ത്ഥന തുടങ്ങിയവ.

ഈ കാര്യങ്ങളെല്ലാം, പരിശുദ്ധാത്മനിറവില്‍ ഒരു വ്യക്തി ചെയ്യുമ്പോള്‍, ആത്മീയ വര്‍ദ്ധന ഉണ്ടാകുന്നു.മാത്രമല്ല, ഒട്ടിക്കലിലൂടെയും(grafting) അകത്തെ മനുഷ്യന്റെ വളര്‍ച്ചയുടെ വേഗത വര്‍ദ്ധിപ്പിക്കാന്‍ സാധിക്കുമെന്നു തിരുവചനം വ്യക്തമാക്കുന്നു. ഫലമില്ലാത്ത വൃക്ഷത്തിന്റെ തായ്ത്തടിയില്‍ നല്ല ഫലമുള്ള വൃക്ഷത്തിന്റെ കൊമ്പിനെ വെട്ടിയെടുത്ത് ഒട്ടിച്ചു ചേര്‍ക്കുന്നതാണ് ഒട്ടിച്ചുചേര്‍ക്കല്‍.

എന്നാൽ തികെച്ചും വ്യത്യസ്തമായി, ഫലമുള്ള തായ്ത്തടിയായ കർത്താവായ യേശുക്രിസ്തുവിനോട് ഫലമില്ലാത്ത കൊമ്പുകളായ എന്നെയും നിങ്ങളെയും ഒട്ടിച്ചു ചേർക്കുന്നതാണ് അകത്തെ മനുഷ്യന്റെ ഒട്ടിച്ചുചേർക്കൽ.

സ്വഭാവത്താൽ കാട്ടുമരമായതിൽ നിന്നും നമ്മെ മുറിച്ചെടുത്തു സ്വഭാവത്തിനു വിരോധമായി നല്ല ഒലിവു മരത്തിൽ ഒട്ടിച്ചുവെന്നു റോമ. 11:24ൽ ആലേഖനം ചെയ്തിരിക്കുന്നു. അതായത് ആർക്കും ഒരുപയോഗവും ഇല്ലാതിരുന്ന കാട്ടൊലിവായ നമ്മെ മുറിച്ചെടുത്ത് നാട്ടൊലിവായ ആത്മാവിന്റെ (നല്ല) ഫലമുള്ള കർത്താവായ യേശുക്രിസ്തുവിനോട് ഒട്ടിച്ചു. (റോമ. 11:17) ക്രിസ്തുവെന്ന തലയോളം സകലത്തിലും വളരുക എന്നതാണ് നമ്മെക്കുറിച്ചുള്ള ദൈവഹിതം. (എഫെ .4:15) അതിനായി കൊമ്പുകളായ നാം ഓരോരുത്തരും മുന്തിരിവള്ളിയായ ക്രിസ്തുവിനോടുകൂടെ പറ്റിയിരിക്കേണ്ടതാവശ്യമെന്ന് യോഹന്നാൻ എഴുതിയ സുവിശേഷം 15-ാം അദ്ധ്യായത്തിൽ രേഖപ്പെടുത്തിയിരിക്കുന്നു. നല്ല ഫലമുള്ള കർത്താവായ യേശുക്രിസ്തുവുമായി ഫലമില്ലാത്ത നമ്മെ ഒട്ടിച്ചുചേർക്കുന്നതാണ് സ്നാനം."ക്രിസ്തുവിനോടു ചേരുവാൻ സ്നാനം ഏറ്റവരായ നാം എല്ലാവരും അവന്റെ മരണത്തിൽ പങ്കാളികളാകുവാൻ സ്നാനം ഏറ്റിരിക്കുന്നു എന്ന് നിങ്ങൾ അറിയുന്നില്ലയോ"? റോമ. 6:3

"ക്രിസ്തുവിനോടു ചേരുവാൻ സ്നാനം ഏറ്റിരിക്കുന്ന നിങ്ങൾ എല്ലാവരും ക്രിസ്തുവിനെ ധരിച്ചിരിക്കുന്നു" ഗലാ. 3:27.

കാട്ടൊലിവായ നമ്മെ വെട്ടിയെടുത്ത് നാട്ടൊലിവായ കർത്താവായ യേശുക്രിസ്തുവിനോടു കൂട്ടിച്ചേർത്തത് നമ്മുടെ വളർച്ചയുടെ സ്പീഡ് വർദ്ധിപ്പിക്കാനാണ്. ആത്മീയ വളർച്ചയുടെ സ്പീഡ് വർദ്ധിപ്പിക്കുന്ന മറ്റു ചില പ്രധാനപ്പെട്ട ഘടകങ്ങളെ കൂടി

പരാമർശിച്ചുകൊണ്ട്ഈഅദ്ധ്യായംഅവസാനിപ്പിക്കാൻ ദൈവകൃപയിൽ ശരണപ്പെടുന്നു.അത് ഏതൊക്കെയാണെന്നു നോക്കാം.

1. *ബലം* : ആത്മീയ പക്വതയിലെത്താൻ അത്യാവശ്യമായ ഒരു ഘടകമാണ് ബലം. അതു വ്യക്തിയ്ക്കുള്ളതാണ്.ശക്തി ശുശ്രൂഷയ്ക്കുള്ളതാണ്. "കഷ്ടകാലത്തു നീ കുഴഞ്ഞു പോയാൽ നിന്റെ ബലം നഷ്ടം തന്നെ". സദൃ. 24:10. ഒരു വ്യക്തി ആത്മീയബലമുള്ളവനാണെങ്കിൽ മാത്രമേ മറ്റുള്ളവരെ ബലപ്പെടുത്താനും അവർക്കുവേണ്ടി ശുശ്രൂഷിക്കാനും സാധിക്കുകയുള്ളൂ. എത്ര അഭിഷേകമുള്ള വ്യക്തിയാണെങ്കിലും ബലമില്ലായെങ്കിൽ ശുശ്രൂഷ വെളിപ്പെടുകയില്ല. ഉദാഹരണമായി ഏലിയാവും ശിംശോനും. നമ്മുടെ ജീവിതത്തിൽ പ്രതികൂലങ്ങളും പ്രതിബന്ധങ്ങളും കടന്നുവരാം. അപ്പോഴും അവയെ നോക്കാതെ, ഗത്ശെമനയും ക്രൂശും കടന്നുവന്നപ്പോഴും ബലം നഷ്ടപ്പെടുത്താതെ പിതാവാം ദൈവം ഏല്പിച്ച ദൗത്യം നിറവേറ്റി "നിവൃത്തിയായി" എന്നു പറഞ്ഞു തല ചായ്ച്ചു ആത്മാവിനെ പിതാവാം ദൈവത്തെ ഏല്പിച്ചു പിതാവാം ദൈവത്തെ പ്രസാദിപ്പിച്ച യേശുക്രിസ്തുവിനെ ശ്രദ്ധിച്ചു നോക്കി, ദൈവം നമ്മെ ഏല്പിച്ച ദൗത്യം പൂർണ്ണമായി ചെയ്തു തീർക്കാം. അതിനാവശ്യമായ ബലം ദിനം പ്രതി നിമിഷം പ്രതി സ്വീകരിക്കാം.

പ്രധാനമായും 3 സ്രോതസ്സുകളിൽ നിന്നാണ് ആത്മീയ മനുഷ്യന് ബലം ലഭിക്കുന്നത്.

<u>a) യഹോവ</u> : ഒരു ദൈവപൈതലിനെ ബലപ്പെടുത്തുന്നത് മനുഷ്യരാരും അല്ല, സർവ്വശക്തനായ യഹോവയാം ദൈവം

തന്നെയാണ്.

"യഹോവ എന്റെ ഉള്ളിൽ ബലം നൽകി എന്നെ ധൈര്യപ്പെടുത്തിയിരിക്കുന്നു." സങ്കീ.138:3.

പലപ്പോഴും ദൈവം നമ്മെ ബലപ്പെടുത്തുകയല്ല. പകരം ദൈവം തന്നെ നമ്മുടെ ബലമായി തീരുന്നു.

"യഹോവ തന്റെ ജനത്തിന്റെ ബലമാകുന്നു" സങ്കീ. 23:8.

b)യഹോവയിങ്കലെ സന്തോഷം :സാഹചര്യങ്ങളെ നോക്കി സന്തോഷിക്കുന്നവർക്കല്ല,   കർത്താവിൽ സന്തോഷിക്കുന്നവർക്കാണ് ബലം ലഭിക്കുന്നത്.

"യഹോവയിങ്കലെ   സന്തോഷം   നിങ്ങളുടെ   ബലം ആകുന്നുവല്ലോ എന്നു പറഞ്ഞു" നെഹ. 8:10.

c) പ്രാർത്ഥന: ഒരുവൻ വ്യക്തിപരമായി അന്യഭാഷയിൽ കൂടുതൽ കൂടുതൽ പ്രാർത്ഥിക്കുന്തോറും അകത്തെ മനുഷ്യൻ ബലപ്പെട്ടുകൊണ്ടേയിരിക്കും.

"അവന്റെ ആത്മാവിനാൽ നിങ്ങൾ അകത്തെ മനുഷ്യനെ സംബന്ധിച്ച് ശക്തിയോടെ ബലപ്പെടേണ്ടതിനും . . . . പ്രാർത്ഥിക്കുന്നു" എഫെ. 3:16.

"നിങ്ങളോ   പ്രിയമുള്ളവരേ,   നിങ്ങളുടെ   അതിവിശുദ്ധ വിശ്വാസത്തെ ആധാരമാക്കി നിങ്ങൾക്കു തന്നേ ആത്മീക വർദ്ധന വരുത്തിയും പരിശുദ്ധാത്മാവിൽ (അന്യഭാഷയിൽ) പ്രാർത്ഥിച്ചും . . . ." യൂദാ. 20.

2. പുതുക്കപ്പെടുന്ന മനസ്സ് : ഒരു മനുഷ്യൻ എന്താണോ ചിന്തിക്കുന്നത് അതാണ് അവൻ (സദൃശ്യ.23:7).ദിനംപ്രതി ദൈവവചനം   അനുസരിച്ച്   മനസ്സു   പുതുക്കുന്ന (ചിന്തിക്കുന്ന) വ്യക്തിയുടെ അകത്തെ മനുഷ്യൻ വളർന്നു കൊണ്ടേയിരിക്കും. (2കൊരി. 4:16, റോമ. 12:2, കൊലൊ. 3:10) അപ്രകാരം മനസ്സു പുതുക്കി രൂപാന്തപ്പെടുമ്പോൾ നാം ക്രിസ്തുവിന്റെ മനസ്സുള്ളവരായി തീരും. (1 കൊരി. 2:16) ക്രിസ്തുവിന്റെ മനസ്സുള്ളവർക്ക് സാത്താനെ തോൽപ്പിക്കാൻ

എളുപ്പമാണ്.

*3. പുതുക്കപ്പെടുന്ന ശക്തി:*കർത്താവായ യേശുക്രിസ്തു ആത്മാവിൽ ശക്തിപ്പെട്ടു എന്ന് ലുക്കൊ. 4:14 ൽ കാണുന്നു. മരുഭൂമിയും മരുഭൂമിയിലെ ഉപവാസവുമാണ് യേശുവിനെ ശക്തീകരിച്ച് ശക്തനാക്കിയതെന്നു ദൈവവചനത്തിൽ നിന്നും മനസ്സിലാക്കാൻ സാധിക്കും. ദൈവം ആഗ്രഹിക്കുന്ന രീതിയിൽ നമ്മുടെ അകത്തെ മനുഷ്യൻ വളരണമെങ്കിൽ അകത്തെ മനുഷ്യന്റെ ശക്തിയെ പുതുക്കണം. നമ്മുടെ ജീവിതത്തിലെ മരുഭൂമികളും, ദൈവവചന ധ്യാനവും ഉപവാസത്താലും പ്രാർത്ഥനയാലുമുള്ള ദൈവസന്നിധിയിലെ കാത്തിരിപ്പുമാണ് ശക്തിയെ പുതുക്കുന്നത് (യെശ. 40:31). ആകയാൽ നമുക്കു ദൈവസന്നിധിയിൽ കാത്തിരിക്കാം. ശക്തിയെ പുതുക്കാം. ആത്മാവിൽ വളരാം.

4. പുതുക്കപ്പെടുന്ന ആത്മാവ്: നമ്മുടെ ഉള്ളിലെ ആത്മാവ് സംബന്ധമായി പുതുക്കം പ്രാപിക്കണമെന്നു എഫെ. 4:23-ൽ രേഖപ്പെടുത്തിയിരിക്കുന്നു. അതിന് പഴയ മനുഷ്യനെ ഉപേക്ഷിക്കണം. (എഫെ. 4:22) ലോകത്തിനും ലോകത്തിന്റെ സിസ്റ്റത്തിനും ലോകയിമ്പങ്ങൾക്കും അനുരൂപകരാകരുത് (റോമ. 12:2). അപ്രകാരം ആത്മാവ് പുതുക്കി ജീവിക്കുന്നവരുടെ അകത്തെ മനുഷ്യൻ വളർന്നും ബലപ്പെട്ടും ഇരിക്കും.

5. ബാലശിക്ഷ: ബാലശിക്ഷ (ആത്മീയ ശിക്ഷണം) ആത്മീയ വളർച്ചയുടെ സ്പീഡ് വർദ്ധിപ്പിക്കുമെന്നു തിരുവചനം വ്യക്തമാക്കുന്നു.മാത്രമല്ല, ദൈവം നമ്മെ കൈക്കൊള്ളുന്നു എന്നതിന്റെ അടയാളമാണ് ബാലശിക്ഷ (എബ്രാ. 12:6) ദൈവം സ്നേഹിക്കുന്നവരെ ശിക്ഷിക്കുന്നു. (എബ്രാ. 12:6,7, വെളി. 3:19).

സ്വയമായി വളരുന്നതും വളർത്തുന്നതും തമ്മിൽ വളരെ

അന്തരമുണ്ട്. വളർത്തുന്നതിന്റെ ഒരു പ്രധാന തെളിവ് വെട്ടി ഒതുക്കലാണ്(prunning) . അതിനെയാണ് ദൈവത്തിന്റെ സ്റ്റാൻഡേർഡിൽ (നിലവാരത്തിൽ) പണിയപ്പെടുക എന്നു പറയുന്നത്. അത് നമ്മെ ആത്മീയ പക്വതയിലെത്തിക്കും.

അകത്തെ മനുഷ്യൻ വളർന്നു പക്വതയിലെത്തുമ്പോൾ അത് പുറത്തെ മനുഷ്യനെ തകർത്തുകൊണ്ട് പുറത്തുവരും. ഒരുദാഹരണത്തിലൂടെ തെളിയിക്കാം.

ഒരു വിത്ത് എത്ര വർഷങ്ങൾ ഒരു പാത്രത്തിൽ ഇട്ടു അടച്ചു വച്ചിരുന്നാലും അങ്ങനെ തന്നെ ഇരിക്കും. എന്നാൽ അതിനെ മണ്ണിൽ ഇട്ടു വെള്ളം ഒഴിച്ചാൽ, എത്രയും പെട്ടെന്നു അതിന്റെ പുറന്തോടിനെ പൊട്ടിച്ച് അകത്തുള്ള മുള (ചെടി) പുറത്തുവരികയും ആ ചെടി വളരുകയും ചെയ്യും. ആർക്കും അതിന്റെ വളർച്ചയെ തടയാൻ സാദ്ധ്യമല്ല. ആയതുപോലെ അകത്തെ മനുഷ്യനു വളരാൻ അനുകൂല സാഹചര്യമായ ദൈവസാന്നിദ്ധ്യം ലഭിക്കുമ്പോൾ അകത്തെ മനുഷ്യൻ വളർന്നു പുറത്തെ മനുഷ്യനെ തകർത്തുപുറത്തുവരും. ആ ദൈവമഹത്വമാണ് ഉണർവ്വു കൊണ്ടുവരുന്നത്.

അപ്രകാരം പരിശുദ്ധാത്മാവിനാൽ നിറഞ്ഞ് പരിശുദ്ധാത്മാവിനോട് ചേർന്നു നടക്കുകയും പരിശുദ്ധാത്മാവിനോടു സംസാരിക്കുകയുംപരിശുദ്ധാത്മാവിനാൽ നിയന്ത്രിക്കപ്പെടുകയുംചെയ്യുന്നവ്യക്തികൾവളരെപെട്ടെന്നുവളരും.

അകത്തെ മനുഷ്യൻ വളർന്നു പുറത്തെ മനുഷ്യനെ പൊളിച്ചു പുറത്തു വരുന്നതിനെക്കുറിച്ചാണല്ലോ നാം ഇതുവരെ പഠിച്ചത്.എന്നാൽ തികെച്ചും വ്യത്യസ്തമായി ദൈവമഹത്വത്തെ പുറത്തുകൊണ്ടുവരാനുള്ള മറ്റൊരു ഉപാധിയെക്കുറിച്ച് അടുത്ത അദ്ധ്യായത്തിൽ പഠിക്കാം.

8

പുറത്തെ മനുഷ്യനെ ക്ഷയിപ്പിക്കുക

'പുറത്തെ മനുഷ്യനെ ക്ഷയിപ്പിക്കുക' എന്നത് ദൈവമഹത്വത്തെ പുറത്തുകൊണ്ടുവരാനുള്ള മറ്റൊരു പ്രധാനപ്പെട്ട ഉപാധിയാണ്. ഈ ലോകത്തിൽ രണ്ടു വ്യക്തികൾ തമ്മിൽ യുദ്ധമുണ്ടായാൽ കൂടുതൽ ശക്തിയും ആരോഗ്യവുമുള്ള വ്യക്തി ജയിക്കും എന്നതുപോലെ, പുറത്തെ മനുഷ്യനെ ക്ഷയിപ്പിച്ചാൽ അകത്തെ മനുഷ്യന്റെ ശക്തിയും ബലവും സ്വമേധയാ വർദ്ധിക്കുകയും അതു പുറത്തെ മനുഷ്യനെ തകർത്തു പുറത്തുവരികയും ചെയ്യും. ആകയാൽ പുറത്തെ മനുഷ്യനെ ക്ഷയിപ്പിക്കാനുള്ള മാർഗ്ഗങ്ങൾ എന്തൊക്കെയാണെന്നു നോക്കാം.

1) ജഡാഭിലാഷങ്ങളെ നിവർത്തിക്കരുത്: പുറത്തെ മനുഷ്യന്റെ ആഗ്രഹങ്ങളെയാണ് ജഡാഭിലാഷങ്ങൾ എന്നു പറയുന്നത്. പുറത്തെ മനുഷ്യനെ ക്ഷയിപ്പിക്കാനുള്ള ഏറ്റവും നല്ല മാർഗ്ഗം അതിന്റെ ആഗ്രഹങ്ങളെ നിവർത്തിക്കാതിരിക്കുക എന്നതു തന്നെയാണ്. അപ്പോൾ ആത്മ മനുഷ്യൻ ജഡത്തിന്റെമേൽ ശക്തി പ്രാപിക്കും. അതാണ് ഉപവാസ പ്രാർത്ഥനയിലും സംഭവിക്കുന്നത്.

കഴിഞ്ഞതലമുറയിലെ ഭക്തൻമാർ പോഷിപ്പിച്ചത് ജഡത്തെയല്ലായെന്നു ആരംഭ അദ്ധ്യായത്തിൽ നാം പഠിച്ചല്ലോ? 1 കൊരി. 9ന്റെ 27ൽ പൗലൊസ് അപ്പൊസ്തലൻ പറഞ്ഞിരിക്കുന്നത് 'മറ്റുള്ളവരോടു പ്രസംഗിച്ച ശേഷം ഞാൻ തന്നേ കൊള്ളരുതാത്തവനായി പോകാതിരിക്കേണ്ടതിന്നു ശരീരത്തെ ദണ്ഡിപ്പിച്ചു അടിമയാക്കുകയത്രേ ചെയ്യുന്നത് എന്നാണ്. ഇവിടെ രേഖപ്പെടുത്തിയിരിക്കുന്ന ശരീരം, ജഡത്തിന്റെ ആസക്തി/ മോഹമാണ്.

"രുചികരമായ ഭക്ഷണം വർജ്ജിക്കുക" എന്ന സാധു കൊച്ചുകൊഞ്ഞുപദേശിയുടെ സ്വഭാവത്തെക്കുറിച്ച് മുൻ അദ്ധ്യായത്തിൽ രേഖപ്പെടുത്തിയതിനാൽ ഇവിടെ ആവർത്തിക്കുന്നില്ല. *ഇന്നത്തെ ആധുനിക മാധ്യമങ്ങൾക്കു ജഡാഭിലാഷങ്ങളുമായി വലിയ ബന്ധമുണ്ട്.* അപ്രകാരമുള്ള ജഡത്തിന്റെ ഇച്ഛകളെ കീഴ്പ്പെടുത്തിയാൽ മാത്രമേ ജഡത്തെ ക്ഷയിപ്പിക്കാൻ (ശക്തികുറയ്ക്കാൻ) സാധിക്കുകയുള്ളൂ. അതിന് അസാധാരണമായ പരിശുദ്ധാത്മ അഭിഷേകം അത്യാവശ്യമാണ്. ഇന്നു അന്ത്യകാല സഭയിലായിരിക്കുന്നവരിൽ അധികംപേരും പുറത്തെ മനുഷ്യനെ ക്ഷയിപ്പിക്കുകയല്ല, പോഷിപ്പിക്കുകയാണ്. വിശപ്പില്ലെങ്കിലും പുറത്തെ മനുഷ്യന് ഇഷ്ടമുള്ള ആഹാരങ്ങൾ കൊടുക്കുന്നു(ഭക്ഷിക്കുന്നു). ഇഷ്ടമുള്ള വസ്ത്രങ്ങൾ, സൗന്ദര്യവർദ്ധക സാധനങ്ങൾ, തുടങ്ങി ജഡം എന്തെല്ലാം ചോദിക്കുന്നുവോ അതെല്ലാം നൽകികൊടുക്കുന്നു. കണ്ണിനിമ്പമായതു കാണുന്നു. കാതിന് ഇഷ്ടമായതു കേൾക്കുന്നു. അങ്ങനെ നാം അറിഞ്ഞോ അറിയാതെയോ ജഡത്തെ പോഷിപ്പിക്കുന്നു. സന്തോഷിപ്പിക്കുന്നു. അധിക സമയവും പണവും ആരോഗ്യവും എല്ലാം ചെലവഴിക്കുന്നതും പുറത്തെ

മനുഷ്യനെ ബലപ്പെടുത്താനും ശക്തിപ്പെടുത്താനുമാണ്. ആകയാൽ പുറത്തെ മനുഷ്യൻ നാൾക്കുനാൾ ബലം പ്രാപിക്കുന്നു. ശക്തി പ്രാപിക്കുന്നു.

എന്നാൽ അകത്തെ മനുഷ്യൻ ദാഹിച്ചും പട്ടിണികിടന്നും ശോഷിച്ചും ,ശക്തി ക്ഷയിച്ചും, മരിയ്ക്കാറായി. അതിനെക്കുറിച്ച് അവർ ചിന്തിക്കാറുപോലുമില്ല. അങ്ങനെയുള്ളവരുടെ അകത്തെ മനുഷ്യൻ ക്ഷയിക്കുകയും പുറത്തെ മനുഷ്യൻ ബലപ്പെടുകയും ചെയ്യും. ജഡത്തിന്റെ ഇഷ്ടം നിവർത്തിച്ചാൽ ജഡീക മനുഷ്യൻ ബലപ്പെടും. ആത്മാവിന്റെ ഇഷ്ടം നിവർത്തിച്ചാലോ ആത്മീയ മനുഷ്യൻ ബലപ്പെടും.

പൗലൊസ് അപ്പൊസ്തലൻ ബലപ്പെടുത്തിയത് പുറത്തെ മനുഷ്യനെയല്ല, അകത്തെ മനുഷ്യനെയാണ്. പുറത്തെ മനുഷ്യനെ ക്ഷയിപ്പിച്ചു.

"ഞങ്ങളുടെ പുറമെയുള്ള മനുഷ്യൻ ക്ഷയിച്ചുപോകുന്നു എങ്കിലും ഞങ്ങളുടെ അകമേയുള്ളവൻ നാൾക്കുനാൾ പുതുക്കം പ്രാപിക്കുന്നു". 2 കൊരി. 4:16

"അകത്തെ മനുഷ്യനെ സംബന്ധിച്ച് ശക്തിയോടെ ബലപ്പെടേണ്ടതിനു" എഫെ. 3:16. "ഈ ലോകത്തിനു അനുരൂപമാകാതെ നൻമയും പ്രസാദവും പൂർണ്ണതയുമുള്ള ദൈവഹിതം ഇന്നതെന്നു തിരിച്ചറിയേണ്ടതിനു മനസ്സു പുതുക്കി രൂപാന്തരപ്പെടുവിൻ" റോമ. 12:2.

<u>നമുക്കു നമ്മെത്തന്നെ ഒന്നു ശോധന ചെയ്യാം.</u>

- നാം പോഷിപ്പിക്കുന്നത് അകത്തെ മനുഷ്യനെയാണോ? പുറത്തെ മനുഷ്യനെയാണോ?
- ഒരു ദിവസം 24 മണിക്കൂറിൽ എത്ര മണിക്കൂർ പുറത്തെ മനുഷ്യന്റെ ആഗ്രഹങ്ങൾ നിറവേറ്റാൻ ഉപയോഗിക്കുന്നു? എത്ര മണിക്കൂർ അകത്തെ മനുഷ്യന്റെ

വളർച്ചയ്ക്കാവശ്യമായ   കാര്യങ്ങൾക്കായി ഉപയോഗിക്കുന്നു?

അതുകൊണ്ടു നമ്മുടെ അജ്ഞാനകാലത്തു ഉണ്ടായിരുന്ന മോഹങ്ങളെ മാതൃകയാക്കാതെ നമ്മെ വിളിച്ച വിശുദ്ധനു ഒത്തവണ്ണം അനുസരണമുള്ള മക്കളായി എല്ലാ നടപ്പിലും വിശുദ്ധരായി പുറത്തെ മനുഷ്യനെ ക്ഷയിപ്പിച്ച് ജീവിക്കാം. (1പത്രൊ.1:14,   15.)   അതിനായി   പരിശുദ്ധാത്മാവ് സഹായിക്കും.

2) <u>ഇന്ദ്രിയജയം:</u>ഒരു   ദൈവപൈതലിന്റെ   ജീവിതത്തിൽ വെളിപ്പെടേണ്ട   ആത്മാവിന്റെ   ഫലമാണ്   ഇന്ദ്രിയജയം (ഗലാ.5:23)   .   പഞ്ചേന്ദ്രിയങ്ങൾക്കു   ജഡത്തെ പോഷിപ്പിക്കുന്നതിൽ   വലിയൊരു   പങ്കുണ്ട്.   ഇന്നത്തെ ഡിജിറ്റൽ യുഗത്തിൽ വിവിധ സമൂഹ മാധ്യമങ്ങളിലൂടെ കേൾക്കുകയും   കാണുകയും   ചെയ്യുന്നതെല്ലാം   ജഡത്തെ പോഷിപ്പിക്കുന്ന   കാര്യങ്ങളാണ്.   ആകയാൽ   നാം കേൾക്കുന്നതും കാണുന്നതും എന്തെന്നു സൂക്ഷിക്കണമെന്നു തിരുവചനം വ്യക്തമാക്കുന്നു.(മർ.4:24)

a) <u>കണ്ണ്(നോട്ടം)</u> :ഏതു പാപത്തിന്റെയും തുടക്കം നോട്ടത്തിലാണ്. നോട്ടത്തിലൂടെ മോഹം ഉണ്ടാകുന്നു. ആ മോഹം ഗർഭം ധരിച്ചു പാപത്തെ പ്രസവിക്കുന്നു. പാപം മുഴുത്തിട്ടു മരണത്തെ പെറുന്നു (യാക്കോ 1:15) അപ്രകാരം നോട്ടത്തിലൂടെ   മോഹം   ഗർഭം   ധരിച്ചിട്ടു   പാപത്തെ പ്രസവിച്ചവരിൽ   ചിലരാണ്   ഹൗവ്വ,   ആഖാൻ,   ദാവീദ് തുടങ്ങിയവർ

ഡിജിറ്റൽ ടെക്നോളജി വളരെയധികം വർദ്ധിച്ച ഈ ആധുനികയുഗത്തിൽ   കമ്പ്യൂട്ടർ,   മൊബൈൽ   ഫോൺ എന്നിവ ഓൺ ചെയ്യുമ്പോൾ തന്നെ അശ്ലീല ചിത്രങ്ങളും വീഡിയോകളും നമ്മുടെ കൺമുമ്പിൽ പ്രത്യക്ഷപ്പെടുന്നതു

കാണാം. എന്നാൽ അതു കാണാനായി വീണ്ടും നോക്കരുത്.

വിശേഷാൽ ചിന്തയെ മലിനപ്പെടുത്തുന്നതൊന്നും നോക്കരുത്.പലതും നാം നോക്കുന്നതുകൊണ്ടാണ് കാണുന്നത്.നോക്കിയാൽ നാം പോഷിപ്പിക്കുന്നത് പുറത്തെ മനുഷ്യനെയാണ്.ആകയാൽ വീഞ്ഞു ചുവന്ന പാത്രത്തിൽ തിളങ്ങുന്നതും രസമായി ഇറക്കുന്നതും നാം **നോക്കരുത്** (സദൃ.23:31) ദോഷത്തെ കാണുമ്പോൾ അതു കണ്ടു രസിക്കാതെ കണ്ണുകളെ അടച്ചുകളയണം. (യെശ.33.15).കാരണം,ശരീരത്തിന്റെ വിളക്കാണ് കണ്ണ്. ശരീരം മുഴുവനും പ്രകാശിക്കണമെങ്കിൽ കണ്ണു ചൊവ്വുള്ളതായിരിക്കണം. (മത്താ.6:22, ലൂക്കോ.11:34)

b) **ചെവി (കേൾവി)**: നാം എന്തു കേൾക്കണമെന്നും എങ്ങനെ കേൾക്കുന്നുവെന്നും നമ്മെ തന്നെ സൂക്ഷിക്കണം.

- മറ്റുള്ളവർ കേൾക്കുന്നതെല്ലാം നാം കേൾക്കാൻ പാടില്ല.
- അശുദ്ധമായതും, അശ്ലീലമായതും കേൾക്കരുത്.
- നിഷേധാത്മകമായ വാക്കുകളും കുറ്റം പറയുന്നതും കേൾക്കരുത്.
- രക്തപാതകത്തെക്കുറിച്ചു കേൾക്കാതവണ്ണം ചെവി പൊത്തണം (യെശ.33:15).

"നിങ്ങൾ കേൾക്കുന്നതു എന്തു എന്നു സൂക്ഷിച്ചു കൊൾവിൻ" മർ.4:24

"ആകയാൽ നിങ്ങൾ എങ്ങനെ കേൾക്കുന്നു എന്നു സൂക്ഷിച്ചുകൊൾവിൻ". ലൂക്കൊ.8:18

c) **നാവ്(സംസാരം)**: നമ്മുടെ ശരീരത്തിലെ എല്ലില്ലാത്ത ഒരവയവമാണ് നാവ്. എന്നാൽ നമ്മെക്കൊണ്ടു ഏറ്റവുമധികം പാപം ചെയ്യിക്കുന്നതും നാവാണ്. ചെറിയ തീ ഒരു വലിയ കാടു കത്തിക്കുന്നതുപോലെ, നമ്മുടെ ജീവചക്രത്തിനു തീ

കൊളുത്തി നരകയോഗ്യരാക്കി തീർക്കാൻ നാവിന്നു ശക്തിയുണ്ട്. (യാക്കോ.3:5,6)

വിശുദ്ധമായി ഉപയോഗിച്ചില്ലായെങ്കിൽ നമ്മെ മാത്രമല്ല മറ്റുള്ളവരെയും നശിപ്പിക്കും. (യാക്കോ.3:5,6,10).

നമ്മുടെ നാവുകൾ മദ്യം, മയക്കുമരുന്ന്, പാൻമസാല എന്നിവ രുചിക്കാനുള്ളതല്ല. കാരണം, അവ അകത്തെ മനുഷ്യനെ പോഷിപ്പിക്കും.

- നമ്മുടെനാവുകൾ   ദൈവത്തെ രുചിക്കണം.(സങ്കീ.34:8,യോഹ.6:54,57)
- ദൈവവചനത്തെ രുചിക്കണം.(എബ്രാ.6:5, 1പത്രൊ.2:2, സങ്കീ.119:103).

ചുരുക്കിപ്പറഞ്ഞാൽ നമ്മുടെ നോട്ടം, കേൾവി, സംസാരം എന്നിവയെല്ലാം വിശുദ്ധമായിരിക്കണം.

<u>d) മൂക്ക്</u>:ദൈവഹിതമില്ലാത്തതൊന്നും നാം മണക്കരുത്.

<u>e)ത്വക്ക്</u>:"അശുദ്ധമായതൊന്നും തൊടരുത്", 2 കൊരി 6 ;17

"വിട്ടു പോരുവിൻ; വിട്ടുപോരുവിൻ; അവിടെ നിന്നു പുറപ്പെട്ടുപോരുവിൻ; അശുദ്ധമായതൊന്നും തൊടരുതു; "യെശയ്യാ 12: 11

"എന്റെ ജനമായുള്ളോരേ, അവളുടെ പാപങ്ങളിൽ കൂട്ടാളികളാകാതെയും അവളുടെ ബാധകളിൽ ഓഹരിക്കാരാകാതെയുമിരിപ്പാൻ അവളെ വിട്ടു പോരുവിൻ".വെളിപ്പാടു18:4

"......അതുകൊണ്ടു അവരുടെ നടുവിൽ നിന്നു പുറപ്പെട്ടു വേർപ്പെട്ടിരിപ്പിൻ എന്നു കർത്താവു അരുളിച്ചെയ്യുന്നു; അശുദ്ധമായതു ഒന്നും തൊടരുതു;"2 കൊരി 6 ;17

പ്രിയരെ, നാമിന്നായിരിക്കുന്നത് കമ്പ്യൂട്ടർ യുഗത്തിലാണല്ലോ? എന്താണോ ഇൻപുട്ട് ആയി നാം

കമ്പ്യൂട്ടറിലേക്ക് പകർന്നു കൊടുക്കുന്നത്, അതാണ് പ്രോസസ്സിംഗ് (processing) കഴിഞ്ഞ് ഉല്പന്നമായി (Out put) പുറത്തുവരുന്നത്. ആയതുപോലെ, നാം നമ്മുടെ ഇന്ദ്രിയങ്ങളിലൂടെ എന്താണോ ശരീരത്തിലേക്കു കടത്തിവിടുന്നത് അതിന്റെ പരിണിതഫലമാണ് നമ്മുടെ ശരീരത്തിലും ജീവിതത്തിലും വെളിപ്പെടുന്നത്. നമ്മുടെ ഇന്ദ്രിയങ്ങളിലൂടെ കടക്കുന്നത് വിശുദ്ധമായതാണെങ്കിൽ അതു അകത്തെ മനുഷ്യനെ വളർത്തും. പുറത്തെ മനുഷ്യനെ ക്ഷയിപ്പിക്കും.

3) ചിന്തകളെ നിയന്ത്രിക്കണം :അകത്തെ മനുഷ്യനെ വളർത്തുന്നതിൽ ചിന്തകൾക്ക് അതിപ്രധാനമായ പങ്കുണ്ട്. ജഡത്തിന്റെ ചിന്ത ദൈവത്തോടു ശത്രുത്വം ആകുന്നു. (റോമ. 8:7) അത് ജഡത്തെ പോഷിപ്പിച്ച് വളർത്തുന്നു. ആകയാൽ പിശാച് മനസ്സിലേക്കു കൊണ്ടുവരുന്ന അശുദ്ധചിന്തകളെയും പാപ ചിന്തകളെയും മനസ്സിൽ പാർപ്പിക്കാതിരിക്കാൻ നാം ശ്രമിക്കണം. പാപം നിറഞ്ഞ ഈ ലോകത്തിൽ ജീവിക്കുമ്പോൾ തുടർച്ചയായി തിന്മ നിറഞ്ഞ പലതും നമ്മുടെ മനസ്സിലേക്കുവരാം. എന്നാൽ പരിശുദ്ധാത്മാവിന്റെ സഹായത്താൽ അതിനെ ഡിലീറ്റ് ചെയ്യണം. അപ്രകാരമുള്ള ചിന്തകൾ കയറാതെ പൂർണ്ണജാഗ്രതയോടെ നമ്മുടെ ഹൃദയത്തെ സൂക്ഷിക്കണം. കാരണം, ജീവന്റെ ഉത്ഭവം അതിൽ നിന്നാണ് ഉണ്ടാകുന്നത്.(സദൃ.4:23)

ചീഞ്ഞു നാറുന്ന ശവശരീരങ്ങൾ, റാഞ്ചൽ പക്ഷികളെ ആകർഷിക്കുന്നതുപോലെ, മനസ്സിലെ അശുദ്ധചിന്തകൾ ദുരാത്മാക്കളെ ആകർഷിക്കും.അത് പുറത്തെ മനുഷ്യനെ ബലപ്പെടുത്തും. ആകയാൽ നമ്മുടെ മനസ്സിനെ ദൈവവചനപ്രകാരമുള്ള ചിന്തകളാൽ നിറച്ച് പുറത്തെ മനുഷ്യനെ ക്ഷയിപ്പിക്കണം.

പ്രലോഭകൻ സാത്താൻ ആണെങ്കിലും

പ്രലോഭനത്തിനുപയോഗിക്കുന്നത് മനുഷ്യന്റെ ഉള്ളിലുള്ള ആഗ്രഹങ്ങളെത്തന്നെയാണ്. എല്ലാ പ്രലോഭനങ്ങളുടെയും തുടക്കം ഒരാഗ്രഹം അഥവാ ദൈവത്തിൽ നിന്നല്ലാത്ത ഒരു ദുരാഗ്രഹമാണ്. ആ ദുരാഗ്രഹം നിയന്ത്രിക്കപ്പെടാതെ പോകുമ്പോൾ അതപകടകരമാകും.

<u>4)പാപ സ്വഭാവങ്ങൾ</u> : സംശയങ്ങൾ, അനുസരണക്കേട്, ആസക്തികൾ (Addictions), തെറ്റായ വ്യക്തികളോടും സാഹചര്യങ്ങളോടും ഉള്ള ബന്ധങ്ങൾ തുടങ്ങിയ പാപ സ്വഭാവങ്ങളെ പോഷിപ്പിക്കാതിരുന്നാൽ പുറത്തെ മനുഷ്യൻ ക്ഷയിക്കും.

ഇങ്ങനെ ദൈവവചന പ്രകാരം നാം മനപൂർവ്വമായി പുറത്തെ മനുഷ്യനെ ക്ഷയിപ്പിക്കുമ്പോൾ പുറത്തെ മനുഷ്യനെ തകർത്തുകൊണ്ട് അകത്തെ മനുഷ്യൻ പുറത്തുവരും. അതാണ് ദൈവമഹത്വം. ഈ ദൈവമഹത്വമാണ് ഉണർവ്വു കൊണ്ടുവരുന്നത്.

കഴിഞ്ഞ അദ്ധ്യായങ്ങളിൽ നാം പഠിച്ചതുപോലെ വിവിധമാർഗ്ഗങ്ങളിലൂടെ പുറത്തെ മനുഷ്യനെ മരിപ്പിക്കുകയും ക്രൂശിക്കുകയും ക്ഷയിപ്പിക്കുകയും അകത്തെ മനുഷ്യനെ വളർത്തുകയും ചെയ്യുമ്പോൾ നാമാകുന്ന ആലയം മഹത്വപൂർണ്ണമാകും (ഹഗ്ഗാ.2:9). അപ്രകാരം മഹത്വപൂർണ്ണമാകുന്ന ആലയങ്ങളിലൂടെയാണ് ഉണർവ്വുനടക്കുന്നത്.

9

മഹത്വപൂർണ്ണമായ ആലയങ്ങള്

നാമാകുന്ന ആലയം മഹത്വപൂർണ്ണമാകണമെങ്കിൽ പുറത്തെ മനുഷ്യനെ മരിപ്പിക്കണം. അപ്പോൾ മഹത്വക്രിസ്തു പുറത്തുവരികയും മഹത്വമണ്ഡലം (Glory realm)തുറക്കപ്പെടുകയും ചെയ്യും. ദൂതൻമാരുടെ സന്ദർശനവും ദൂതൻമാരുടെ ശുശ്രൂഷകളും(Angelic visitations and Angelic ministries)നാം കാണുകയും അനുഭവിക്കുകയും ചെയ്യും. തിരുവചനത്തിൽ രേഖപ്പെടുത്തിയിരിക്കുന്നതുപോലെ സകല ജഡവും ഒരുപോലെ ദൈവമഹത്വത്തെ കാണും (യെശ. 40:5). നമ്മെ നോക്കുന്നവർ നമ്മെ കാണുകയില്ല, പകരം ദൈവമഹത്വത്തെ കാണും.. പ്രവർത്തിക്കുന്നതും നാമല്ല, ദൈവമഹത്വമായ ക്രിസ്തു നമ്മിലൂടെ പ്രവർത്തിക്കും. അവിടുന്നു ലോകത്തിലുള്ളവനേക്കാൾ വലിയവനാണ്. മറ്റാരേക്കാളും ബലവാനാണ്.(1യോഹ. 4:4)

ഭരണാധികാരികൾവരെ ഈ മഹത്വത്തെ അറിയുകയും ചെറിയവർ തുടങ്ങി വലിയവർ വരെ ഈ മഹത്വത്തിലേക്കു ആകർഷിക്കപ്പെടുകയും ചെയ്യും. (സെഖ. 8:22) ലോകരാജ്യങ്ങളിൽ നിന്നും ഉന്നതൻമാർ ദൈവമഹത്വം

കാണാൻ കടന്നുവരും. അപ്രകാരം കടന്നുവരുന്നവരിൽ ആഴമായ പാപബോധം ഉണ്ടാകുകയും യജമാനൻമാരേ രക്ഷപ്രാപിക്കുവാൻ ഞങ്ങൾ എന്തു ചെയ്യണം? എന്നു ചോദിച്ചുകൊണ്ടു ദൈവത്തിങ്കലേക്കു തിരിയുകയും ചെയ്യും. അതാണ് ഉണർവ്വ്.

ഉണർവ്വിൽ ഒന്നാമത് നടക്കേണ്ടത് കൂട്ടമാനസാന്തരമാണ്. കാരണം,പാപത്തെക്കുറിച്ചും നീതിയെക്കുറിച്ചും ന്യായവിധിയെക്കുറിച്ചും ബോധം വരുത്തുന്ന പരിശുദ്ധാത്മാവാണ് ഉണർവ്വിൽ ചലിക്കുന്നത് (യോഹ. 16:8). അപ്പൊ. പ്രവൃത്തികളുടെ പുസ്തകം 2-ാം അദ്ധ്യായത്തിൽ പരിശുദ്ധാത്മാവ് ഈ ഭൂമിയിലേക്ക് വന്നപ്പോൾ അപ്രകാരമുള്ള ഉണർവ്വു സംഭവിച്ചു. (അപ്പൊ. 2:37). അന്നു മൂവായിരത്തോളം പേർ സഭയോടു ചേർന്നു (അപ്പൊ. 2:41). തുടർന്നു അപ്പൊ. പ്രവൃത്തികളുടെ പുസ്തകം 5-ാം അദ്ധ്യായത്തിൽ പരിശുദ്ധാത്മാവിനോടു വ്യാജം കാണിച്ച അനന്യാസും സഫീരയും മരിച്ചു. അങ്ങനെ സഭയിൽ ശുദ്ധീകരണം ഉണ്ടായി. അതാണ് ഉണർവ്വിൽ നടക്കേണ്ട രണ്ടാമത്തെ കാര്യം.സർവ്വസഭയ്ക്കും ഇതുകേട്ടവർക്കു എല്ലാവർക്കും മഹാഭയം ഉണ്ടായി. (അപ്പൊ. 5:1-11) തത്ഫലമായി മേൽക്കുമേൽ അനവധി പുരുഷൻമാരും സ്ത്രീകളും കർത്താവിൽ വിശ്വസിച്ചു ചേർന്നുവന്നു. (അപ്പൊ. 5:14) അതാണ് സഭയിലെ ഉണർവ്വ്. തുടർന്നു അപ്പൊസ്തലൻമാർ കടന്നുപോയ എല്ലാ സ്ഥലങ്ങളിലും അത്ഭുതങ്ങളും അടയാളങ്ങളും കൂട്ടമാനസാന്തരങ്ങളും നടന്നു. ക്ഷേത്രങ്ങൾ പൂട്ടപ്പെട്ടു. പകരം സഭകൾ സ്ഥാപിക്കപ്പെട്ടു. അതാണ് ദേശത്തിലെ ഉണർവ്വ്.

ദൈവമഹത്വം ചുമന്നു നടന്ന പൗലൊസിന്റെ റൂമാലിലും ഉത്തരീയത്തിലും ദൈവമഹത്വം വ്യാപരിക്കുകയും അതിലൂടെ അത്ഭുതങ്ങളും അടയാളങ്ങളും നടക്കുകയും

ചെയ്തു (അപ്പൊ. 19:12).എന്തിനേറെപ്പറയുന്നു, പത്രൊസ് അപ്പൊസ്തലന്റെ നിഴലിൽപോലും ദൈവമഹത്വം വ്യാപരിച്ചതായി അപ്പൊ. 5:15ൽ കാണുന്നു. മാത്രമല്ല, കാന്തം ഇരുമ്പിനെ ആകർഷിക്കുന്നതുപോലെ യരുശലേമിന്നു ചുറ്റുമുള്ള പട്ടണങ്ങളിൽ നിന്നൊക്കെയും പുരുഷാരം വന്നു കൂടി.അവർ രോഗികളെയും അശുദ്ധാത്മാക്കൾ ബാധിച്ചവരെയും കൊണ്ടു വന്നതായും അവരെല്ലാവരും സൗഖ്യം പ്രാപിച്ചതായും അപ്പൊ. 5:16ൽ രേഖപ്പെടുത്തിയിരിക്കുന്നു. പ്രിയരെ, **അതാണ് സമൂഹത്തിലെ ഉണർവ്വ്.**

സഭ ഇന്നായിരിക്കുന്നത് ഉണർവ്വിന്റെ വാതിൽക്കലൊണ്. കാറ്റ് ഇഷ്ടമുള്ളേടത്തു ഊതുന്നു (യോഹ. 3:8) എന്നു എഴുതിയിരിക്കുന്നതുപോലെ പരിശുദ്ധാത്മാവ് ഒരു പുതിയ ചലനത്തിനായി **(New move)** കൊതിക്കുന്നു. പരിശുദ്ധാത്മാവിന്റെ ചലനം അനുസരിച്ച് ചലിക്കുന്ന മഹത്വപൂർണ്ണമായ ആലയങ്ങളായ സ്ത്രീ പുരുഷൻമാരെ അന്ത്യകാല ഉണർവ്വിന് ദൈവത്തിനാവശ്യമുണ്ട്.

ദൈവത്തിന്റെ വിളി സാധാരണ വിളിയാണ്. **എല്ലാവരെയും** വിളിക്കുന്നു. ആ വിളി മനസ്സിലാക്കി സമർപ്പിക്കുന്നവരെ മാത്രം തെരഞ്ഞെടുക്കുന്നു. തെരഞ്ഞെടുക്കുന്നവരെ വേർതിരിച്ച്, വിശുദ്ധീകരിച്ച്, തനിക്കും ദൈവീക കാര്യങ്ങൾക്കും മാത്രം ഉപയോഗിക്കുന്നു.അവർ തികെച്ചും വ്യത്യസ്തരായിതീരുന്നു. മറ്റുള്ളവർക്കു ലഭിക്കുന്നതുപോലെ ഈ ലോകത്തിലെ നൻമകളും അനുഗ്രഹങ്ങളും പ്രതിഫലങ്ങളും ലഭിച്ചില്ലെന്നു വരാം. എന്നാൽ **സർവ്വശക്തനായ ദൈവം തന്നെ അവരുടെ പ്രതിഫലമായിരിക്കും.** അതിന് ഏറ്റവും ഉത്തമ ഉദാഹരണമായി ബൈബിളിൽ നിന്നും ഒരു ഗോത്രത്തെ ചൂണ്ടിക്കാണിച്ച് ഈ ഗ്രന്ഥം അവസാനിപ്പിക്കാം. അതാണ്

ലേവീഗോത്രം.

മിസ്രയീമ്യ അടിമത്തത്തിലായിരുന്ന യിസ്രായേൽ മക്കളെ മോശെ എന്ന പ്രവാചകനിലൂടെ ദൈവം പുറത്തു കൊണ്ടു വന്നു. കനാൻ ദേശത്തിലേക്കുള്ള യാത്രാമദ്ധ്യേ ദൈവം മോശെയെ സീനായ് മലയിലേക്കു വിളിച്ച് 40 രാവും 40 പകലും തന്നോടുകൂടെ ഇരുത്തി, 10 കല്പനകൾ എഴുതിയ 2 കല്പലകകൾ ഏല്പിച്ചു. (പുറ. 31:18). എന്നാൽ പർവ്വതത്തിൽ നിന്നും ഇറങ്ങി വന്ന മോശെ കണ്ടത് കാളക്കുട്ടിയെ ആരാധിക്കുന്ന യിസ്രായേൽ മക്കളെയാണ്. (പുറ. 32:17). അതുകണ്ട മോശെ കല്പലകകളെ എറിഞ്ഞ് പർവ്വതത്തിന്റെ അടിവാരത്തു വച്ചു പൊട്ടിച്ചു കളഞ്ഞു (പുറ. 32:19). അവർ ഉണ്ടാക്കിയ കാളക്കുട്ടിയെ അവൻ എടുത്ത് തീയിൽ ഇട്ടു ചുട്ടു അരച്ചു പൊടിയാക്കി, വെള്ളത്തിൽ വിതറി യിസ്രായേൽ മക്കളെ കുടിപ്പിച്ചു. (പുറ. 32:20) അതിനുശേഷം മോശെ പാളയത്തിന്റെ വാതിൽക്കൽ നിന്നുകൊണ്ട് യഹോവയുടെ പക്ഷത്തിൽ ഉള്ളവൻ എന്റെ അടുക്കൽ വരട്ടെ, എന്നു പറഞ്ഞു. എന്നാറെ അപ്പനാൽ ശപിക്കപ്പെട്ട ഗോത്രമായ ലേവ്യർ എല്ലാവരും അവന്റെ അടുക്കൽ വന്നു കൂടി. (പുറ. 32:26) അങ്ങനെ അവർ യിസ്രായേലിന്റെ പൗരോഹിത്യഗോത്രമായി മാറി.

ഉടനെ അവരെ ശുശ്രൂഷ ഏല്പിച്ചില്ല. സ്വന്തം വാളെടുത്ത് ഓരോരുത്തൻ താന്താന്റെ സഹോദരൻമാരെയും, സ്നേഹിതനെയും താന്താന്റെ കൂട്ടുകാരനെയും കൊന്നതിനു ശേഷമാണ് ശുശ്രൂഷ ഏല്പിച്ചത്. പ്രിയ സഹോദരങ്ങളെ, ഒരുമിച്ച് ഉണ്ടും, ഉറങ്ങിയും, കളിച്ചും വളർന്ന സ്വന്ത സഹോദരങ്ങളെ വെട്ടിക്കൊല്ലുക എന്നു പറയാനും എഴുതാനും പ്രസംഗിക്കാനും എളുപ്പമാണ്. അത് പ്രാവർത്തികമാക്കാൻ അത്ര എളുപ്പമുള്ള കാര്യമല്ല. നമ്മുടെ പ്രശ്നങ്ങളിൽ നമ്മോടുകൂടെയിരുന്നു നമുക്കു

സഹായിയായിരിക്കുന്ന സ്നേഹിതരെയും കൂട്ടുകാരെയും കൊല്ലുക എന്നതും എളുപ്പമല്ല.

എന്നാൽ മറ്റാർക്കും പ്രവേശിക്കാൻ സാധിക്കാത്ത അതിവിശുദ്ധ സ്ഥലത്ത് പ്രവേശിച്ച് മറ്റാരും അനുഭവിക്കാത്ത ദൈവസാന്നിദ്ധ്യംഅനുഭവിക്കുന്നതിനും ദൈവീക ശുശ്രൂഷകൾ ചെയ്യുന്നതിനും മറെറല്ലാ ബന്ധങ്ങളും വെടിഞ്ഞ് താൻ ഏകനായ് ചെല്ലേണ്ടതാവശ്യമെന്നും, മററാരുമായുള്ളബന്ധത്തെക്കാൾ വലിയ ബന്ധം ദൈവവുമായുള്ള ബന്ധമാണെന്നും മനസ്സിലാക്കിയ ലേവീഗോത്രം, ആ ദൈവീക കല്പന അനുസരിക്കുകയും അന്നു ഏകദേശം മൂവായിരം പേർ മരിക്കുകയും ചെയ്തു. (പുറ.32:27, 28).

ആവശ്യമില്ലാത്ത എല്ലാ ബന്ധങ്ങളും മുറിച്ചുമാറ്റി ദൈവത്തോടു മാത്രം പറ്റിയിരിക്കുന്നവരെയാണ് ഇന്നും അന്ത്യകാല ഉണർവ്വിന് ദൈവത്തിനാവശ്യം. ഈ ഡിജിറ്റൽ യുഗത്തിൽ ഒന്നാമതായി വെട്ടി കൊല്ലേണ്ടതും മുറിച്ചുമാറ്റേണ്ടതുമായ ബന്ധം, സോഷ്യൽ മീഡിയകളോടുള്ള ബന്ധമാണ്. സമാഗമന കൂടാരത്തിലെ അതിവിശുദ്ധ സ്ഥലത്ത് മഹാപുരോഹിതനും ദൈവവും മാത്രമേയുള്ളൂ. മറ്റാർക്കും മറ്റൊന്നിനും അവിടെ പ്രവേശനമില്ല. ആയതുപോലെ ദൈവമഹത്വം ചുമക്കണമെങ്കിൽ നമുക്കും ദൈവത്തിനും ഇടയ്ക്കു മറ്റൊന്നും കടന്നു വരാൻ പാടില്ല. കർത്താവിന്റെ ദാസി ജോയ്സ് മേയർ ഒരിക്കലിപ്രകാരം പറയുന്നത് കേൾക്കാനിടയായി. "ദൈവവുമായുള്ള നമ്മുടെ ബന്ധം ശക്തമാണെങ്കിൽ മറ്റെല്ലാ ബന്ധങ്ങളും നമ്മിൽ നിന്നും നാമറിയാതെ അകന്നുപോകും". അതായത്, വർഷങ്ങളായി നാം താലോലിച്ചു കൊണ്ടു നടക്കുന്ന ചില ബന്ധങ്ങൾ നാമറിയാതെ മാറിപ്പോയെന്നിരിക്കും. അല്ലെങ്കിൽ ദൈവം തന്നെ നമ്മിൽ നിന്നും അപ്രകാരമുള്ള ബന്ധങ്ങളെ

അകറ്റും. അപ്പോൾ നാം വേറെ ബന്ധങ്ങളെയും വേറെ സ്നേഹിതരെയും അന്വേഷിച്ചുപോകരുത്. അത് ദൈവഹിതമല്ല. പകരം, ദൈവത്തോടു കൂടുതൽ അടുക്കുക. കാരണം, ദൈവത്തിനു നമ്മുടെ മുഴുസ്നേഹവും ആവശ്യമാണ്. അതാണല്ലോ ഒന്നാമത്തെ കല്പനയും മുഖ്യകല്പനയും.

"നിന്റെ ദൈവമായ കർത്താവിനെ നീ പൂർണ്ണഹൃദയത്തോടും പൂർണ്ണാത്മാവോടും പൂർണ്ണ _മനസ്സോടുംകൂടെ_ സ്നേഹിക്കേണം." മത്താ. 22:37

അപ്രകാരം യിസ്രായേലിന്റെ പൗരോഹിത്യ ഗോത്രമായി തീർന്ന ലേവീ ഗോത്രത്തിന് മറ്റുള്ള ഗോത്രങ്ങൾക്കു ലഭിച്ച ഓഹരിയും അവകാശവും ലഭിച്ചില്ല. കാരണം, അത് ദൈവകല്പനയായിരുന്നു.

- "ലേവ്യരായ പുരോഹിതൻമാർക്കും ലേവീ ഗോത്രത്തിനും യിസ്രായേലിനോടുകൂടെ ഓഹരിയും അവകാശവും ഉണ്ടാകരുത്". ആവ18:1
- "യഹോവ പിന്നെയും അഹരോനോട്, നിനക്ക് അവരുടെ ഭൂമിയിൽ ഒരു അവകാശവും ഉണ്ടാകരുത്. അവരുടെ ഇടയിൽ നിനക്കു ഒരു ഓഹരിയും അരുത്". സംഖ്യ 18:20

യഹോവ കല്പിച്ചതനുസരിച്ച് മോശെ ലേവീ ഗോത്രത്തിനു ഒരവകാശവും കൊടുത്തില്ല.

- "ലേവീ ഗോത്രത്തിനു അവൻ ഒരു അവകാശവും കൊടുത്തില്ല" യോശു.13:14
- "അതുകൊണ്ടു ലേവിക്കു അവന്റെ സഹോദരൻമാരോടുകൂടെഓഹരിയും അവകാശവും ഇല്ല". ആവ. 10:9

- "ലേവീ ഗോത്രത്തിനോ മോശെ ഒരവകാശവും കൊടുത്തില്ല". യോശു. 13:33

- "യിസ്രായേൽമക്കളുടെഇടയിൽഅവർക്ക്അവകാശം കൊടുക്കായ്കകൊണ്ട് അവരെ യിസ്രായേൽ മക്കളുടെ കൂട്ടത്തിൽ എണ്ണിയയില്ല" യോശു. 26:62 ഇതു വായിച്ചിട്ട്, അയ്യോ...... ദൈവത്തിനുവേണ്ടി നിൽക്കുന്നവർക്കു എല്ലാം നഷ്ടമാണെന്നു ചിന്തിക്കാൻ വരട്ടെ, തുടർന്നു വായിക്കുക.അവർക്കുള്ളതുപോലെ അനുഗ്രഹം ഈ ലോകത്തിൽ മറ്റാർക്കും ലഭിച്ചിട്ടില്ല. ഇനി ലഭിക്കുകയും ഇല്ല. കാരണം, സർവ്വശക്തനായ ദൈവം തന്നെയാണ് അവരുടെ ഓഹരിയും പ്രതിഫലവും അവകാശവും. ദൈവമാണ് ഓഹരിയെന്നു പറഞ്ഞാൽ സർവ്വസമ്പൂർണ്ണനായ, എല്ലാ നിറവിനാലും നിറഞ്ഞവനായ ദൈവത്തിനുള്ളതെല്ലാം അവരുടേതാണ്. അർത്ഥം ,ലേവീഗോത്രത്തിനു ഒരു കുറവും ഇല്ല. എല്ലാറ്റിനുമുപരി, അതിപരിശുദ്ധസ്ഥലത്തുള്ള ദൈവസാന്നിദ്ധ്യം അനുഭവിക്കാനും ശുശ്രൂഷ ചെയ്യാനുമുള്ള മഹാഭാഗ്യം ലഭിച്ചവരാണവർ. നിയമപെട്ടകം ചുമക്കാനും യഹോവയുടെ സന്നിധിയിൽ നിന്നു ശുശ്രൂഷ ചെയ്യാനും അവന്റെ നാമത്തിൽ ജനത്തെ അനുഗ്രഹിക്കാനുമാണ് യഹോവ ലേവീ ഗോത്രത്തെ തെരഞ്ഞെടുത്തത് . (ആവ. 10:3.) അതുകൊണ്ട് ലേവിക്ക് അവന്റെ സഹോദരൻമാരോടുകൂടെ അവകാശവും ഓഹരിയും ഇല്ല. യഹോവ തന്നെ അവന്റെ അവകാശം.

- "ദൈവം തന്നെ അവരുടെ ഓഹരിയും അവകാശവും ആകുന്നു" സംഖ്യ18:20

- "നിന്റെ ദൈവമായ യഹോവ അന്നു വാഗ്ദത്തം ചെയ്തതുപോലെ യഹോവ തന്നെ അവന്റെ അവകാശം" ആവ. 10:9

- "യിസ്രായേലിന്റെ ദൈവമായ യഹോവ അവരോടു കല്പിച്ചതുപോലെ താൻതന്നെ അവരുടെ അവകാശം ആകുന്നു". യോശു. 13:33

ഒന്നുകൂടെ ആഴത്തിൽ പഠിച്ചാൽ യഹോവ മാത്രമല്ല, യഹോവയുടെ ദഹനയാഗങ്ങളും യിസ്രായേലിൽ ഉള്ള ദശാംശവും അവരുടെ അവകാശമായിരുന്നുവെന്നു മനസ്സിലാക്കാൻ സാധിക്കും."യിസ്രായേലിന്റെ ദൈവമായ യഹോവയുടെ ദഹനയാഗങ്ങൾ അവരുടെ അവകാശം ആയിരുന്നു". യോശു. 13:14

- "ലേവ്യർക്കോ ഞാൻ സമാഗനകൂടാരം സംബന്ധിച്ച് അവർ ചെയ്യുന്ന വേലയ്ക്ക് യിസ്രായേലിൽ ഉള്ള ദശാംശം എല്ലാം അവകാശമായി കൊടുത്തിരിക്കുന്നു". സംഖ്യ 18:21
- "നീ ഭൂമിയിൽ ഇരിക്കുന്നിടത്തോളം ലേവ്യനെ ഉപേക്ഷിക്കാതിരിപ്പാൻ സൂക്ഷിച്ചുകൊൾക". ആവ. 12:19.

പ്രിയ സഹോദരങ്ങളെ, നാമും ദൈവത്തിനുവേണ്ടി മാത്രം മാറി നിന്നാൽ

മറ്റുള്ളവർക്കു ലഭിക്കുന്ന താത്ക്കാലികമായ ചില ഭൗതീക നൻമകളും അനുഗ്രഹങ്ങളും വിടുതലുകളും ഒരു പക്ഷേ ലഭിച്ചില്ലെന്നു വരാം. എന്നാൽ ഈ ലോകത്തിലും നിത്യതയിലും നിലനിൽക്കുന്ന ഏറ്റവും മഹത്തരമായ അനുഗ്രഹമായ സർവ്വശക്തനായ ദൈവം നമ്മുടെ ഓഹരിയും അവകാശവുമായി തീരും. ദൈവം നിയോഗിച്ചവർക്കല്ലാതെ ആ ഓഹരി ലഭിക്കുകയില്ല. മറ്റാർക്കും ദൈവത്തോടടുക്കാനും ശുശ്രൂഷ ചെയ്യാനും സാദ്ധ്യമല്ല. അവർ അടുത്താൽ അവിടെ മരണം സംഭവിക്കും എന്നു യഹോവയാം ദൈവം അരുളിച്ചെയ്തു.

"ആകയാൽ നീയും നിന്റെ പുത്രൻമാരും യാഗപീഠത്തിങ്കലും

തിരശ്ശീലയ്ക്കകത്തും ഉള്ള സകല കാര്യത്തിലും നിങ്ങളുടെ പൗരോഹിത്യം അനുഷ്ഠിച്ച് ശുശ്രൂഷ ചെയ്യേണം. പൗരോഹിത്യം ഞാൻ നിങ്ങൾക്ക് ദാനം ചെയ്തിരിക്കുന്നു. അന്യൻ അടുത്തു വന്നാൽ മരണശിക്ഷ അനുഭവിക്കേണം". സംഖ്യ. 18:7

- "അഹരോനെയും പുത്രൻമാരെയും പൗരോഹിത്യം നടത്തുവാൻ നിയമിച്ചാക്കേണം. അടുത്തു വരുന്ന അന്യൻ മരണശിക്ഷ അനുഭവിക്കേണം". സംഖ്യ. 3:10.
- "എന്നാൽ അഹരോനെപ്പോലെ ദൈവം വിളിക്കുന്നവനല്ലാതെ ആരും ആ സ്ഥാനം സ്വതവേ എടുക്കുന്നില്ല" എബ്രാ. 5:4.
- "തിരുനിവാസം പുറപ്പെടുമ്പോൾ ലേവ്യർ അത് അഴിച്ചെടുക്കണം. തിരുനിവാസം അടിക്കുമ്പോൾ ലേവ്യർ അതു നിവർത്തിക്കേണം. ഒരന്യൻ അടുത്തുവന്നാൽ മരണശിക്ഷ അനുഭവിക്കേണം". സംഖ്യ 1:51.

പ്രിയമുള്ളവരെ, എത്ര വലിയ പദവിയാണ് ദൈവത്തിനു വേണ്ടി വിലകൊടുത്തു നിന്ന ലേവീ ഗോത്രത്തിന് ദൈവം കൊടുത്തത്. ദൈവവിളികേട്ട് സകലത്തെയും സകലരെയും വിട്ടിറങ്ങിയ അബ്രാമിനെ നോക്കിയും ദൈവം പറഞ്ഞത് "അബ്രാമേ ഭയപ്പെടേണ്ട ഞാൻ നിന്റെ പരിചയും നിന്റെ അതിമഹത്തായ പ്രതിഫലവും ആകുന്നു" (ഉല്പ 15:1) എന്നാണ്. അവിടം കൊണ്ടവസാനിപ്പിച്ചില്ല, അബ്രാമിന്റെ പേരുമാറ്റി,മാനിച്ചു, ബഹുജാതികൾക്കു പിതാവാക്കി. വിശ്വാസികളുടെ പിതാവാക്കി.

പുതിയനിയമത്തിൽ യേശു ശിഷ്യൻമാരെ വിളിച്ചപ്പോൾ അവർ സകലതും വിട്ടു യേശുവിനെ പിൻഗമിച്ചു.

- "പത്രൊസ് അവനോട് ഞങ്ങൾ സകലവും വിട്ടു നിന്നെ അനുഗമിച്ചുവല്ലോ? ഞങ്ങൾക്കു എന്തു കിട്ടും എന്നു ചോദിച്ചു". മത്താ. 19:27
- "ഇതാ ഞാൻ സ്വന്തമായതു വിട്ടു നിന്നെ അനുഗമിച്ചിരിക്കുന്നു എന്നു പത്രൊസ് പറഞ്ഞു". ലൂക്കൊ. 18:28
- "പത്രൊസ് അവനോട് ഇതാ ഞങ്ങൾ സകലവും വിട്ടു നിന്നെ അനുഗമിച്ചിരിക്കുന്നു എന്നു പറഞ്ഞു തുടങ്ങി ."മർക്കൊ. 10:28
- "പിന്നെ അവർ യാക്കൊബും യോഹന്നാനും പടകുകളെ കരയ്ക്കു അടുപ്പിച്ചിട്ടു സകലവും വിട്ടു അവനെ അനുഗമിച്ചു."ലൂക്കൊ. 5:11
- "ഉടനെ അവർ (പത്രൊസും അന്ത്രെയൊസും) വല വിട്ടേച്ചു അവനെ അനുഗമിച്ചു". (മത്താ. 4:20, മർക്കൊ. 1:18).

യേശുവിന്റെ ശിഷ്യഗണത്തിൽപ്പെടാത്ത ശക്തനായ മറ്റൊരപ്പൊസ്തലനാണ് പൗലൊസ്. പൗലൊസ് അപ്പൊസ്തലൻ മഹാധനികനും വളരെ വിദ്യാഭ്യാസവുമുള്ള വ്യക്തിയായിരുന്നുവെന്നു ചരിത്രവും സത്യവേദപുസ്തകവും (ഫിലിപ്പിയർ 3 : 5 7ഉ) പറയുന്നു.

ഇങ്ങനെ തനിക്കു ലാഭമായിരുന്നതൊക്കെയും ക്രിസ്തു നിമിത്തം ചേതം എന്നു എണ്ണിയതായി ഫിലി 3 ന്റെ 7, 8 വാക്യങ്ങളിൽ പൗലൊസ് അപ്പൊസ്തലൻ തന്നെ രേഖപ്പെടുത്തിരിയിരിക്കുന്നു. ഇപ്രകാരം സകലവും ഉപേക്ഷിച്ചു കർത്താവായ യേശുവിനെ അനുഗമിച്ച ശിഷ്യൻമാരെയാണ് ദൈവം അസാധാരണ രീതിയിൽ ഉപയോഗിച്ചത് . അവരിലൂടെയാണ് അനേക ഉണർവ്വുകൾ സംഭവിച്ചതെന്നു തിരുവചനം പഠിക്കുമ്പോൾ നമുക്കു

മനസ്സിലാക്കാൻ സാധിക്കും.

എല്ലാറ്റിനുമുപരി ഏറ്റവും വലിയ ഉണർവ്വ് നടന്നതും, ഇന്നു നടക്കുന്നതും, ഇനി നടക്കാൻ പോകുന്നതും കർത്താവായ യേശുക്രിസ്തുവിലൂടെയാണ്. അഥവാ കർത്താവായ യേശുക്രിസ്തുവിന്റെ ആത്മാവായ പരിശുദ്ധാത്മാവിലൂടെയാണ്/ദൈവമഹത്വത്തിലൂടെയാണ്. കാരണം, അതിന് യേശുക്രിസ്തു വലിയൊരു വിലകൊടുത്തു. ത്രിത്വത്തിൽ രണ്ടാമനായ, ദൈവമായ യേശു ദൈവത്തോടുള്ള സമത്വം മുറുകെ പിടിച്ചുകൊള്ളേണം എന്നു വിചാരിക്കാതെ സകലതും ഉപേക്ഷിച്ചു ഈ ലോകത്തിലേക്കു കടന്നുവന്നു. കാൽവരി ക്രൂശിൽ മരിച്ചു. അടക്കപ്പെട്ടു. 3-ാം നാൾ ഉയിർത്തെഴുന്നേറ്റു. 40-ാം നാൾ സ്വർഗ്ഗാരോഹണം ചെയ്ത ശേഷം 10-ാംനാൾ പരിശുദ്ധാത്മാവിനെ നമ്മോടൂകൂടെ ഇരിക്കേണ്ടതിനു ഈ ലോകത്തിലേക്കു അയച്ചു. സ്വർഗ്ഗാരോഹണം ചെയ്യുന്നതിനു മുമ്പായി ഉയരത്തിൽ നിന്നും ശക്തി ധരിച്ചിട്ട് യരുശലേമിലും യഹൂദ്യയിലും ശമര്യയിൽ എല്ലായിടത്തും ഭൂമിയുടെ അറ്റത്തോളവും യേശുവിന്റെ സാക്ഷികൾ ആകണമെന്നും (അപ്പൊ. 1:8) സകല ജാതികളെയും ശിഷ്യരാക്കണമെന്നും ദൈവം നമ്മോടു അരുളിച്ചെയ്തു. (മത്താ. 28:18-20).

ആ ദൗത്യനിർവ്വഹണത്തിനാണ് നമുക്ക് ദൈവമഹത്വം ആവശ്യമായിരിക്കുന്നത്. വർഷങ്ങളായി പ്രസംഗങ്ങളും പ്രവചനങ്ങളും കേട്ടിട്ടും മാനസാന്തരപ്പെടാത്തവർ ദൈവമഹത്വം വെളിപ്പെട്ടാൽ മാനസാന്തരപ്പെടും. കാരണം, ദൈവമഹത്വത്തിന് ആത്മാക്കളെ ദൈവത്തിങ്കലേക്കു ആകർഷിക്കാനുള്ള ശക്തിയുണ്ട്. അതുകൊണ്ടാണ് അന്ത്യകാല ഉണർവ്വിന് ദൈവമഹത്വം ചുമക്കുന്ന ഒരു തലമുറയെ ദൈവത്തിന് ആവശ്യമായിരിക്കുന്നത്. അതിന് എല്ലാ ഗോത്രങ്ങളെയും നോക്കി യഹോവയുടെ

പക്ഷത്തുള്ളവൻ എന്റെ അടുക്കൽ വരട്ടെ എന്നു മോശെ പറഞ്ഞതുപോലെ, ദൈവത്തിനുവേണ്ടി (യേശുവിനുവേണ്ടി) നില്ക്കാൻ തയ്യാറുള്ളവരെ ദൈവം വിളിക്കുന്നു. എല്ലാവരെയും വിളിക്കുന്നു. ലേവീ ഗോത്രം മാറിനിന്നതുപോലെ, തങ്ങൾക്കുള്ളതു സകലതും ഉപേക്ഷിച്ച്, ജീവനെപ്പോലും വിലയേറിയതായി കാണാതെ (അപ്പൊ. 20:24) മാറി നില്ക്കാൻ ആരുണ്ട്? ആര് സമർപ്പിക്കും?

സമർപ്പിക്കുന്നവർ പ്രധാനമായും താഴെപ്പറയുന്ന 7 കാര്യങ്ങൾ ചെയ്യണം.

(1) തന്നെത്താൻ ത്യജിക്കണം.

(2) ദിനംതോറും തങ്ങളുടെ ക്രൂശ് എടുക്കണം.

(3) യേശുവിനെ പിൻപറ്റണം.

(4) ദൈവത്താൻ പണിയപ്പെടാൻ എല്പിക്കണം.

(5) പരിശുദ്ധാത്മാവിനെ അനുസരിക്കണം.

(6) പരിശുദ്ധാത്മാവിന്റെ കൂടെ ചലിക്കണം/ പ്രവർത്തിക്കണം.

(7) സഭ എന്ന കെട്ടിടത്തിന്റെ 4 ചുവരുകൾക്കകത്ത് ഒതുക്കി വച്ചിരിക്കുന്ന ദൈവമഹത്വത്തെ ചുമന്നു പുറത്തു കൊണ്ടുപോയി ലോകരാജ്യങ്ങളിൽ എത്തിക്കണം. (മത്താ. 16:24, മർക്കൊ. 8:34, ലൂക്കൊ. 14:20). നിങ്ങളതിനു തയ്യാറാണോ??

തയ്യാറാണെങ്കിൽ.....നിങ്ങളുടെയും യേശുവിന്റെയും ഇടയിൽ കയറി നിങ്ങളുടെ ആത്മീയ ബന്ധത്തെ തടയുന്ന ബന്ധങ്ങൾ, സ്ഥാനങ്ങൾ, മാനങ്ങൾ, വസ്തുവകകൾ, തുടങ്ങിയവയെ മുറിച്ചുമാറ്റി പുറത്തു വരൂ. ദൈവത്തിനു നിങ്ങളെ ആവശ്യമുണ്ട്. ഈ ലോകത്തിലെ നൻമകളും അനുഗ്രഹങ്ങളും ലഭിച്ചില്ലായെങ്കിലും, ദൈവം തന്നെ നിങ്ങളുടെ പ്രതിഫലവും ഓഹരിയുമാകും. അപ്പോൾ ദൈവത്തിനുള്ളതെല്ലാം നിങ്ങളുടേതായി തീരും.

- "അതിനു അവൻ അവനോട്, മകനേ, നീ എപ്പോഴും എന്നോടുകൂടെ ഇരിക്കുന്നുവല്ലോ, എനിക്കുള്ളത് എല്ലാം നിന്റേത് ആകുന്നു". ലൂക്കൊ. 15:31
- മാത്രമല്ല, ദൈവം നമുക്ക് അനുകൂലമായി മാറുന്നു. ദൈവം അനുകൂലമെങ്കിൽ പ്രതികൂലം ആർ? (റോമ. 8:31)

അവസാനമായി മനസ്സിലാക്കുക. വിശുദ്ധിയുള്ളിടത്താണ് ദൈവമഹത്വം ഇറങ്ങുന്നത്. ആകയാൽ നാമാകുന്ന ആലയം മഹത്വത്താൽ നിറഞ്ഞ് മഹത്വപൂർണ്ണമാകണമെങ്കിൽ നമ്മിൽ വിശുദ്ധിയുണ്ടായിരിക്കണം. അതിനു എല്ലാ അനുകൂലപ്രതികൂല സാഹചര്യങ്ങളിലും സാഹചര്യം നോക്കാതെ വിശുദ്ധനായ ദൈവത്തോടു എപ്പോഴും പറ്റിയിരിക്കണം. അതിനു തയ്യാറുള്ളവർ താഴെപ്പറയുന്ന 5 പ്രക്രിയകളിലൂടെ കടന്നുപോയേ മതിയാകൂ.

അത് കഴിഞ്ഞു പുറത്തുവരുമ്പോൾ തീർച്ചയായും നാം മഹത്വപൂർണ്ണരായിരിക്കും.

(1) പരിശീലനം (Training)

(2) നീണ്ട കാത്തിരിപ്പ് (Extended times of waiting)

(3) വേദന (pain)

(4) തിരസ്ക്കരണം (Rejection)

(5) ഒറ്റപ്പെടൽ (Isolation)

പഴയ നിയമത്തിലും പുതിയ നിയമത്തിലും ദൈവമഹത്വം ചുമന്നു അസാധാരണമായ രീതിയിൽ ദൈവത്താൽ പ്രയോജനപ്പെട്ട എല്ലാവരും ഈ പ്രക്രിയകളിലൂടെ കടന്നുപോയവരാണ്. നമ്മുടെ മാതൃകയായ കർത്താവായ യേശുക്രിസ്തു ഈ സാഹചര്യങ്ങളിലൂടെയെല്ലാം കടന്നുപോയി. അവസാനം കല്ലറയിൽ വച്ചു. കല്ലറയിൽ നിന്നും പുറത്തു വരാതവണ്ണം റോമൻ ഗവൺമെന്റിന്റെ മുദ്രയിട്ടു. പടയാളികളെ കാവൽ നിർത്തി കല്ലറ ഉറപ്പാക്കി.

ശേഷം, കല്ലറയിൽ ഒതുക്കിയെന്നു ചിന്തിച്ച് സാത്താനും മനുഷ്യരും റോമൻ ഗവൺമെന്റും പാതാളവും ഒരുപോലെ സന്തോഷിച്ചു. എന്നിട്ടും തക്കസമയത്ത് യേശു കല്ലറയെ പൊട്ടിച്ച് മഹത്വത്തോടെ പുറത്തുവന്നു. ശേഷമുള്ള മൂന്നര വർഷം അതുവരെ ആരും കണ്ടിട്ടില്ലാത്തതും കേട്ടിട്ടില്ലാത്തതും ചെയ്തിട്ടില്ലാത്തതുമായ ശുശ്രൂഷകളാണ് യേശുവിലൂടെ വെളിപ്പെട്ടത്.

അന്ത്യകാല സഭയിൽ ആയിരിക്കുന്ന വിശുദ്ധരേ, ദൈവമഹത്വം ചുമക്കാൻ പ്രായലിംഗ വ്യത്യാസമെന്യേ ദൈവത്തിന് എല്ലാവരെയും ആവശ്യമുണ്ട്. കാരണം, കൊയ്ത്ത് വളരെയുണ്ട്. വേലക്കാർ (വിശ്വസ്തരായ ദാസൻമാർ) ചുരുക്കവുമാണ്. (ലൂക്കൊ. 10:2) ആകയാൽ ദൈവം എല്ലാവരെയും വിളിക്കുന്നു. വിളികേട്ടു അനുസരിച്ചു സമർപ്പിക്കുന്നവരെ മാത്രം തെരഞ്ഞെടുക്കുന്നു.

ഇന്നത്തെ മണവാട്ടി സഭയിൽ പ്രധാനമായും മൂന്നു കൂട്ടരെ കാണാൻ സാധിക്കും. (1) വിളിക്കപ്പെട്ടർ (2) തിരഞ്ഞെടുക്കപ്പെട്ടവർ (3) വിശ്വസ്തർ

വിളിക്കപ്പെട്ടവർ അനേകർ ,തിരഞ്ഞെടുക്കപ്പെട്ടവർ ചുരുക്കം. (മത്താ. 22:14). വിശ്വസ്തർ അതിലും ചുരുക്കം. (സങ്കീ. 12:1.) വിശ്വസ്തരായ വിശുദ്ധർക്കു മാത്രമേ ദൈവമഹത്വം ചുമക്കാൻ സാധിക്കുകയയുള്ളൂ. അവർ ചുമക്കുന്ന ദൈവമഹത്വത്തിന്റെ അളവനുസരിച്ചു മാത്രമേ അവർക്കു അമാനുഷികമായ ദൈവപ്രവൃത്തികൾ ചെയ്യാനും ആത്മാക്കളെ നേടാനും സാധിക്കുകയയുള്ളൂ. കഴിഞ്ഞ തലമുറകളിൽ ജീവിച്ചിരുന്ന ദൈവദാസീദാസൻമാർ അതിനു തെളിവാണ്. അവർ നടന്നുപോകുമ്പോൾ ചുറ്റുമുള്ള പാപികളിൽ പാപബോധം ഉണ്ടാകും. ട്രെയിനിൽ യാത്ര ചെയ്യുമ്പോൾ പ്ലാറ്റ്ഫോമുകളിൽ നിൽക്കുന്ന പാപികളിൽ പാപം ബോധം ഉണ്ടായി അവർ മാനസാന്തരപ്പെടും.

രോഗികൾ കൂട്ടമായി വിടുതൽ പ്രാപിക്കും. ഭൂതങ്ങൾ അലറിമാറും.

കഴിഞ്ഞ തലമുറയിൽ ജീവിച്ചിരുന്ന ഒരു പ്രവാചകനായിരുന്നു വാര്യാപുരം യോനാച്ചൻ. ആ ദൈവദാസനു ചുറ്റും ഏകദേശം 2 കി. മീറ്റർ ചുറ്റളവിൽ ദൈവമഹത്വം നിറഞ്ഞിരുന്നതായി പറഞ്ഞു കേട്ടിട്ടുണ്ട്. തെളിവ്.. ആ സാന്നിദ്ധ്യത്തിനകത്ത് ഭൂതങ്ങളാൽ ബാധിക്കപ്പെട്ട ഒരു വ്യക്തി പ്രവേശിക്കുമ്പോൾ ആ വ്യക്തിയിൽ നിന്നും ഭൂതങ്ങൾ വിട്ടുപോകും. ആ ദൈവദാസൻ കൈവയ്ക്കണ്ട. പ്രാർത്ഥിക്കണ്ട. ദൈവദാസനെ കാണുകപോലും വേണ്ട.

കഴിഞ്ഞ തലമുറകളിൽ ദൈവമഹത്വം എന്തെന്നു ലോകത്തിനു വെളിപ്പെടുത്തി ആത്മാക്കളെ കർത്താവിങ്കലേക്കു നയിച്ച ദൈവദാസീദാസൻമാർ ഈ ലോകം വിട്ടു പോയി. എന്നാൽ ആ ദൈവമഹത്വം പോയിട്ടില്ല. അത് എന്റെയും നിങ്ങളുടെയും ഉള്ളിലാണ് (കൊലൊ. 1:27) . ആ അകത്തെ മനുഷ്യനെ പുറത്തുകൊണ്ടുവരാൻ പ്രധാനമായും 3 പ്രക്രിയകളിലൂടെ കടന്നുപേകേണ്ടതാവശ്യമെന്നും നാം മനസ്സിലാക്കിയല്ലോ?

- ഒന്നാമതായി, അകത്തെ മനുഷ്യനെ വളർത്തണം. അപ്പോൾ അകത്തെ മനുഷ്യൻ ബലം പ്രാപിച്ച് പുറന്തോടു പൊട്ടി കോഴിക്കുഞ്ഞു പുറത്തു വരുന്നതുപോലെ പുറത്തു വരും.

- രണ്ടാമതായി, പുറത്തെ മനുഷ്യനെ ക്ഷയിപ്പിക്കണം. അപ്പോൾ പുറത്തെ മനുഷ്യന്റെ ബലം കുറയുകയും ബലമുള്ള അകത്തെ മനുഷ്യൻ പുറത്തു വരികയും ചെയ്യും.

- മൂന്നാമതായി ദൈവഹിതപ്രകാരം പണിയുന്നതിനായി ദൈവകരങ്ങളിൽ എല്പിക്കണം. അപ്പോൾ നമ്മുടെ

പുറത്തെ മനുഷ്യനെ വെട്ടിക്കളഞ്ഞ് അകത്തെ മനുഷ്യനെ പുറത്തെടുക്കും.

ഇപ്രകാരം പുറത്തുവരുന്ന ദൈവമഹത്വം, കൂട്ടിൽ നിന്നും തുറന്നുവിട്ട സിംഹത്തെപോലെ പുറപ്പെട്ടുപോയി പ്രവർത്തിക്കും. നാം ഒന്നും ചെയ്യേണ്ട. ദൈവം(ദൈവമഹത്വം) ചെയ്യുന്ന പ്രവൃത്തി നോക്കി നിന്നു ദൈവത്തെ മഹത്വപ്പെടുത്തിയാൽ മാത്രം മതി. യിസ്രായേൽ ഗോത്രങ്ങളെ ദൈവം വിളിച്ചപ്പോൾ എല്ലാവർക്കും ഒരുപോലെ അവസരമുണ്ടായിരുന്നു. മറ്റു 11 ഗോത്രങ്ങളും അവസരം നഷ്ടപ്പെടുത്തിയപ്പോൾ, ലേവീഗോത്രം മാത്രമാണ് പ്രതികരിച്ചത്. പ്രതികരിച്ചവരെ മാത്രം തെരഞ്ഞെടുത്തു. തെരഞ്ഞെടുപ്പിന്റെ പിന്നിലെ രഹസ്യം അവരുടെ ശ്രേഷ്ഠതയോ യോഗ്യതയോ അല്ല .അവരുടെ സമർപ്പണമാണ്. യോഗ്യത നോക്കിയാൽ ലേവീ ഗോത്രവും ശിമെയീഗോത്രവും ദൈവീക ശുശ്രൂഷ്ക്ക് അയോഗ്യരാണ്. കാരണം, അവർ അപ്പനാൽ ശപിക്കപ്പെട്ടവരാണ്. (ഉല്പ, 34:24-30, ഉല്പ,49:5-7). എന്നാൽ ദൈവം നോക്കിയത് അവരുടെകഴിഞ്ഞകാലകുറവുകളോ,പാപങ്ങളോ,ശാപങ്ങളോ, ഇങ്ങനെ പുറമെയുള്ളതൊന്നുമല്ല,ഹൃദയങ്ങളെയാണ്. "മനുഷ്യൻ കണ്ണിനു കാണുന്നത് നോക്കുന്നു. യഹോവയോ ഹൃദയത്തെ നോക്കുന്നു." 1ശമു. 16:7 ആ ദൈവം എന്നോടും നിങ്ങളോടും പറയുന്നു.. "മുമ്പുള്ളവയെ നിങ്ങൾ ഓർക്കേണ്ട, പണ്ടുള്ളവരെ നിരൂപിക്കയും വേണ്ട. ഇതാ ഞാൻ പുതിയതൊന്നു ചെയ്യുന്നു. (യെശ. 43:18, 19)എന്നാണ്. ആകയാൽ പ്രിയ സഹോദരങ്ങളെ, നിങ്ങൾ അവസരം നഷ്ടമാക്കരുതേ! നിങ്ങൾ എല്ലാവരാലും

ശപിക്കപ്പെട്ടവരാണോ?   തള്ളപ്പെട്ടവരാണോ?
ഉപേക്ഷിക്കപ്പെട്ടവരാണോ?   നിങ്ങളെ   ഒന്നിനും
കൊള്ളുകയില്ലായെന്നു   പറഞ്ഞു   വീട്ടുകാരും, നാട്ടുകാരും
ബന്ധുക്കളും   സ്നേഹിതരും   എന്തിനേറെപ്പറയുന്നു.....
ആത്മീയരെന്നു പറയുന്ന സഭക്കാരും നിങ്ങളെ ഉപേക്ഷിച്ചോ?
സാരമില്ല, ദൈവത്തിനു നിങ്ങളെ ആവശ്യമുണ്ട് . നിങ്ങള്‍
അപ്പനാലും അമ്മയാലും ഉപേക്ഷിക്കപ്പെട്ട ദാവീദാണോ ?
(സങ്കീ.   27:10)   ദൈവത്തിന്റെ   ഹൃദയപ്രകാരമുള്ള
വ്യക്തിയായി തീരാന്‍ നിങ്ങള്‍ക്കും അവസരമുണ്ട് (അപ്പൊ.
13:22)മനുഷ്യര്‍ യോഗ്യതയുള്ളവരെ തെരഞ്ഞെടുക്കുമ്പോള്‍
ദൈവം അയോഗ്യരെ തെരഞ്ഞെടുത്ത് യോഗ്യതയുള്ളവരായി
തീര്‍ക്കുന്നു.

ആകയാല്‍   ലേവിഗോത്രം   മാറി   നിന്നതുപോലെ,   മാറി
നില്‍ക്കാന്‍   നിങ്ങള്‍   തയ്യാറാണോ?   മാതാപിതാക്കളുടെ
അനുഗ്രഹങ്ങളും നന്‍മകളും ലഭിച്ചവരും, നിങ്ങളേക്കാള്‍
കഴിവും സ്ഥാനവും മാനവും പേരും പ്രശസ്തിയും ഉള്ളവരും
അനേകര്‍   നിങ്ങള്‍ക്കു   ചുറ്റും   ഉണ്ടായിരിക്കാം.   എന്നാല്‍
മനുഷ്യരുടെ അയോഗ്യതകളാണ് പലപ്പോഴും ദൈവത്തിന്റെ
യോഗ്യതകളായി തീരുന്നത്.

ദൈവം ഈ അന്ത്യകാലത്ത് ചെയ്യാന്‍ ആഗ്രഹിക്കുന്നത്
കഴിഞ്ഞ തലമുറകളില്‍ ചെയ്തതല്ല. പുതിയത്, ഇതുവരെ
ആരും കണ്ടിട്ടില്ലാത്തത്, കേട്ടിട്ടില്ലാത്തത് .ചുരുക്കിപ്പറഞ്ഞാല്‍
ബൈബിളില്‍   എഴുതിയിട്ടില്ലാത്തതും   യേശുപോലും
ചെയ്തിട്ടില്ലാത്തതുമായ കാര്യങ്ങളാണ്. (യോഹ. 14:12)

ഭൂമിയിലെങ്ങും   ഒരു   ജാതിയിലും   സംഭവിച്ചിട്ടില്ലാത്ത
അത്ഭുതങ്ങള്‍ നിന്റെ സര്‍വ്വജനത്തിനും മുമ്പാകെ ചെയ്യും.
ജനമൊക്കെയും യഹോവയുടെ പ്രവൃത്തിയെ കാണും. ഞാന്‍
നിന്നോടു ചെയ്യാനിരിക്കുന്നത് ഭയങ്കരമായുള്ളതു തന്നേ.

നാമാകുന്ന ആലയങ്ങൾ മഹത്വപൂർണ്ണമാകുമ്പോൾ കടന്നുപോകുന്ന എല്ലായിടത്തും അനേകം അത്ഭുതങ്ങളും അടയാളങ്ങളും വീര്യപ്രവൃത്തികളും നടക്കും. ആശുപത്രികളിൽ രോഗികൾ കൂട്ടമായി വിടുതൽ പ്രാപിക്കും. ഭൂതങ്ങൾ കൂട്ടമായി അലറിമാറും. ഓപ്പറേഷനുകൾ ക്യാൻസൽ ചെയ്യപ്പെടും. ബസ്റ്റോപ്പുകൾ, കല്യാണവീടുകൾ, മരണവീടുകൾ തുടങ്ങി കടന്നുപോകുന്ന എല്ലാ സ്ഥലങ്ങളിലും ദൈവീക വിടുതലുകളും അത്ഭുതങ്ങളും അടയാളങ്ങളും നടക്കും.ഇതു നടക്കുന്നത് നാം പ്രാർത്ഥിക്കുമ്പോഴല്ല, നാം കൈവെച്ചിട്ടുമല്ല. നമ്മിലുള്ള ദൈവമഹത്വം പോയി ചെയ്യുന്ന പ്രവൃത്തികളാണ്.

ശലോമോന്റെ ദൈവാലയത്തിൽ ദൈവമഹത്വം ഇറങ്ങിയപ്പോൾ ശുശ്രൂഷയ്ക്കായി നിയോഗിച്ചിരുന്ന പുരോഹിതൻമാർക്കുപോലും നിൽപ്പാൻ കഴിഞ്ഞില്ലായെങ്കിൽ (2ദിന. 5:14) അന്യ ആരാധനകൾക്കും അന്ധകാരശക്തികൾക്കും ദൈവമഹത്വത്തിന്റെ മുമ്പിൽ എങ്ങനെ നിൽക്കാൻ സാധിക്കും? അവ നിൽക്കത്തില്ല. അവ ഒരു വഴിയായി കടന്നുവരും. ഏഴു വഴിയായി ഓടിപ്പോകും (ആവ. 28:7)

മനുഷ്യരായ നമുക്കു കടന്നു പോകുന്നതിന് പരിധിയും പരിമിധിയും ഉണ്ട്. എന്നാൽ ദൈവമഹത്വത്തിനു പരിധിയും പരിമിധിയും ഇല്ല. അതുകൊണ്ട് നമുക്കു കടന്നു ചെല്ലാൻ കഴിയാത്തിടത്തും മഹത്വം കടന്നു ചെല്ലും. ഏതു കുടിലിലും കൊട്ടാരത്തിലും സുവിശേഷത്തിന്റെ വാതിലുകൾഅടഞ്ഞുകിടക്കുന്ന വ്യക്തികളിലും കുടുംബങ്ങളിലും പട്ടണങ്ങളിലും രാജ്യങ്ങളിലും ദൈവമഹത്വം ഇറങ്ങിച്ചെന്നു ദൈവപ്രവൃത്തി വെളിപ്പെടുത്തും.

കഴിഞ്ഞ അനേക വർഷങ്ങളായി അന്ത്യകാല ഉണർവ്വ് ആഗ്രഹിക്കുകയും പ്രാർത്ഥിക്കുകയും ചെയ്യുന്ന സഹോദരങ്ങളെ,നമുക്കെഴുന്നേൽക്കാം. "ഇവിടെ കയറിവരിക" എന്നു യോഹന്നാനെ വിളിച്ച ദൈവം നമ്മെയും വിളിക്കുന്നു. സകലവും വിട്ടു നമുക്ക് ആ ദൈവസാന്നിദ്ധ്യത്തിലേക്കു കയറിച്ചെല്ലാം. നമുക്കുവേണ്ടി ജീവൻ തന്ന ദൈവത്തിനു വേണ്ടി ജീവിക്കുന്നതിനും വിശുദ്ധനായ ദൈവത്തോടടുക്കുന്നതിനും തടസ്സമായി നിൽക്കുന്നതെല്ലാം നമ്മിൽ നിന്നും നീക്കാം. ശേഷം, ഹാനോക്ക് ദൈവത്തോടു കൂടെ നടന്നതുപോലെ നമുക്കും പരിശുദ്ധാത്മാവിനോടു ചേർന്നു നടക്കാം,ചേർന്നു ചലിക്കാം. ദൈവപ്രവൃത്തി നമ്മിലൂടെ വെളിപ്പെടട്ടെ.

വ്യക്തികളും കുടുംബങ്ങളും മാനസാന്തരപ്പെടുന്ന സമയം കഴിഞ്ഞു. ഇത് സമൂഹങ്ങൾ, പട്ടണങ്ങൾ, രാജ്യങ്ങൾ തുടങ്ങിയവ മാനസാന്തരപ്പെട്ടു സ്നാനപ്പെട്ടു ദൈവസഭയിലേക്കു കടന്നുവരുന്ന നാളുകളാണ്.ആ ദൈവീക പദ്ധതിയ്ക്കായി ദൈവമഹത്വം ചുമന്നു പരിശുദ്ധാത്മാവിനോടു ചേർന്നു ചലിക്കാൻ തയ്യാറുള്ളവരെ ദൈവത്തിനാവശ്യമുണ്ട്. നിങ്ങളതിനു തയ്യാറാണോ? ദൈവകരങ്ങളിൽ ഏല്പിക്കാമോ?ഏല്പിക്കുന്നവരുടെ ഓഹരിയും പ്രതിഫലവും അവകാശവും ദൈവം ആയിത്തീരും. അതിനേക്കാൾ വലുതായി ഈ ലോകത്തിലും വരുവാനുള്ള ലോകത്തിലും മറ്റൊന്നുമില്ല. മറ്റുള്ളവർ നോക്കുമ്പോൾ അവരെപ്പോലെ വലിയ വീടുകളും കാറുകളും ബാങ്ക് ബാലൻസും ഒന്നും, കാണുന്ന മണ്ഡലത്തിൽ ഇല്ലായിരിക്കും. പക്ഷേ, ദൈവത്തിനുള്ളതെല്ലാം നമ്മുടേതായി തീരും.

തത്ഫലമായി നമ്മുടെ എല്ലാകുറവുകളും നിറവുകളായി മാറും. ആ നിറവിൽ നിന്നും നമുക്കു മറ്റുള്ളവരിലേക്കു

പകർന്നുകൊടുക്കാനും സാധിക്കും.അതാണ് ഉണർവ്വ്. നല്ലയിടയനായ യേശു ഒന്നിനും മുട്ടില്ലാതെ (സങ്കീ. 23:1) ജീവനും ഭക്തിയ്ക്കും ആവശ്യമുള്ളതെല്ലാം(2പത്രൊ.1:3) നൽകി നമ്മെ ജയോത്സവമായി നടത്തുകയും, അന്ത്യകാല ഉണർവ്വിനായി ഉപയോഗിക്കുകയും ചെയ്യും.

പിതാവാം ദൈവം തന്റെ ഏകജാതനായ പുത്രനെ മാനവരാശിയുടെ മുഴുവൻ രക്ഷയ്ക്കായി ഈ ലോകത്തിലേക്കു അയച്ചു. അവിടുന്നു തന്റെ ദൗത്യം നിറവേറ്റി മടങ്ങിപോയി. ഇനി പിതാവാം ദൈവത്തിനു അയക്കാൻ വേറെ പുത്രനും ഇല്ല. പുത്രിയും ഇല്ല. എന്നാൽ "സകല ജാതികളെയും ശിഷ്യരാക്കുക"എന്ന ഒരു വലിയ ദൗത്യം നമ്മെ ഏല്പിച്ചിട്ടാണ് യേശു പോയത്. (മത്താ. 28:18-20).

പ്രിയരെ,നാം ദൗത്യം പൂർത്തിയാക്കിയില്ലായെങ്കിൽ ദൈവത്തിനു വേറെ പദ്ധതിയില്ല. മാനസാന്തരപ്പെട്ട നിങ്ങളും ഞാനുമാണ് ദൈവത്തിന്റെ ഭൂമിയിലെ ഏക പദ്ധതി. ഉണർവ്വിന്റെ ബാറ്റൻ നമ്മുടെ കയ്യിൽ നൽകാൻ പരിശുദ്ധാത്മാവ് റെഡിയാണ്. നിങ്ങൾ റെഡിയാണോ? *പിതാവാം ദൈവത്തിന്റെ നിലവിളി ശബ്ദം നമ്മുടെ കാതുകളിൽ മുഴങ്ങുന്നു. "ഞാൻ ആരെ അയക്കേണ്ടു? ആര് നമുക്കു വേണ്ടി പോകും?"*അടിയൻ ഇതാ അടിയനെ അയയ്ക്കേണമേ" (യെശ.6:8) എന്നു യെശയ്യാവ് സമർപ്പിച്ചതുപോലെസമർപ്പിക്കാമോ?

ഉണർവ്വ് ആരംഭിക്കുന്നത് എപ്പോഴും ഒരു വ്യക്തിയിൽ നിന്നാണ്.ശേഷം മറ്റുള്ളവരിലേക്കു പടരും. പ്രിയ സഹോദരാ, നിങ്ങളാണ് ആ വ്യക്തി. സഹോദരീ നിങ്ങളാണ് ആ വ്യക്തി. ഏല്പിക്കാമോ? അതിനു പള്ളി എന്ന കെട്ടിടത്തിന്റെ 4 ചുവരുകൾക്കകത്തും നമ്മുടെ ഉള്ളിലും ഇരിക്കുന്ന മഹത്വത്തെ പുറത്തുകൊണ്ടുവരണം. ലോകരാജ്യങ്ങളിൽ അവയെ എത്തിക്കണം.

കാലം ഇനി അധികമില്ല. നമ്മുടെ പ്രതിയോഗിയായ സാത്താൻ അതു മനസ്സിലാക്കി, അലറുന്ന സിംഹം എന്നപോലെ ആരെ വിഴുങ്ങേണ്ടു എന്നു തിരഞ്ഞു ചുറ്റി നടക്കുന്നു. ആകയാൽ നമുക്കു നിർമ്മദരായിരിക്കാം, ഉണർന്നിരിക്കാം. (1 പത്രൊ. 5:8)

ദൈവമക്കളായ നാം ഉറങ്ങേണ്ട സമയമല്ല.

"ഉറങ്ങുന്നവനേ ഉണർന്നു മരിച്ചവരുടെ ഇടയിൽ നിന്നും എഴുന്നേല്ക്ക എന്നാൽ ക്രിസ്തു നിന്റെ മേൽ പ്രകാശിക്കും".എഫെ. 5:14

അന്ത്യകാല ഉണർവ്വിന്റെ താക്കോലുകളുമായി ദൈവത്തെ പ്രസാധിപ്പിച്ച് മുന്നേറാം.

"എഴുന്നേൽപിൻ, നാം പോക".

ഞാനോ ലോകവസാനത്തോളം എല്ലാനാളും നിങ്ങളോടുകൂടെയുണ്ട് എന്നരുളിചെയ്ത മഹത്വത്തിന്റെ പ്രത്യാശയായ ക്രിസ്തു നമ്മോടുകൂടെയുണ്ട്.

ആ ദൈവം അപൂർവ്വ കാര്യങ്ങൾ പ്രവർത്തിക്കും. (സംഖ്യ 16:30,)

മറ്റു പുസ്തകങ്ങൾ

1. മലയാളം

1)വിശ്വാസം

2)ദൈവം വിശ്വസ്തരെ തേടുന്നു

3) വിശുദ്ധി ദൈവസഭയിൽ

    4)വീടില്ലാത്തവർക്കൊരു വീട്

5)നിങ്ങൾയേശുവിന്റെ സാക്ഷി

6) പ്രാർത്ഥനാ പോരാളിയുടെ അധികാരം

7) വൃക്ഷങ്ങളുടെ ചുവട്ടിനു കോടാലി

8) ദൈവത്തെ അന്വേഷിക്കുന്നവരേ ഇതിലേ

9)മഹാമാരിയുടെ കാരണങ്ങളും പരിഹാരവും

10) യേശുവിന് നിങ്ങളെക്കൊണ്ട് ആവശ്യമുണ്ട് .

11)അന്ത്യകാല ഉണർവ്വിന്റെ താക്കോലുകൾ.

12) അന്ത്യകാല ഉണർവ്വ് ദൈവപ്രസാദമുള്ളവരിലൂടെ

2. ഇംഗ്ലീഷ്

1) ഫെയ്ത്

2) വേ ടു ഫൈൻഡ് ഗോഡ്

3) റോഡ് മേപ്പ് ഫോർ ഗോഡ് സീക്കേർസ്

3 . തമിഴ്

1) വിസുവാസം

    4 .ഹിന്ദി

1)ജോ ഭഗവാൻ കീ തലാശ് കർത്തേ ഹൈം ഔർ

    2) വിശ്വാസ്

<u>കോപ്പികൾക്ക്</u>

1. <u>www.notionpress.com</u>
2. Amazon.com
3. Amazon.in
4. Amazon.co.uk
5. ELS ,Kesavadasapuram,Tvpm, Kerala ,Ph.04712448916
6. LMS Books Stall, LMS Compound,Palayam,Tvpm, , Kerala Ph 0471 2315990
7. Om Books Foundation,Kochi-18, , Kerala Ph.048423963339
8. Salem Book Shop, Mercy Hospital Road ,Opposite Neethy Medical Store,Karukachal, Kottayam, Kerala. Ph.9605575475, 9496224345
9. www.ebenbooksgirija.blogspot.com
10. Girija kumarai R.P--_9495662058

<u>വ്യക്തിപരമായ പ്രാർത്ഥനയ്ക്കും കൗൺസലിംഗിനും</u>

Girijakumari.R.P

TC.17/1613,PRA100 ,

Puthuppally Lane,

Medical College.P.O
   Tvpm-11, Kerala
   Ph.9495662058
   Email- girijak2002@yahoo.co.in

www.ingramcontent.com/pod-product-compliance
Lightning Source LLC
Chambersburg PA
CBHW031323130726
47988CB00007B/2963